மயக்கம் தெளிக...

ஐம்பொறி, ஐம்புலன், ஐந்திணை, ஐவகை நிலங்கள், ஐம்பூதம் என்று மனித வாழ்வினூடாக இழையாய் பிணைந்திருந்த, மனித வாழ்விற்கான ஏற்பாடுகளாய் இயங்கிக் கொண்டிருக்கிற விடயங்களைப் பற்றிப் பேசுவதற்கும், எழுதுவதற்கும் எத்தனையோ இன்னும் மிச்சமிருக்கிறது. பறவைகளும், விலங்குகளும், தாவரங்களும் இயற்கை வழிப்பட்ட வாழ்வை சிரமேற்கொண்டு வாழ்ந்து வரும்போது மனிதன் மட்டும் தான் இயற்கையின் மடியிலிருந்து தன்னைத் துண்டு தரித்துக்கொண்டு செயற்கை வேடமிட்ட நாடகத்தை அரங்கேற்றிக் கொண்டிருக்கிறான்.

மனிதனின் ஆறாம் அறிவுதான் பலம். அதுவே பலவீனம். ஓரறிவு முதல் ஐந்தறிவு ஜீவன்கள் வரை இயற்கையிலிருந்து தடுமாறியதில்லை; தடம் மாறியதில்லை.

நிலம், நீர், காற்று, நெருப்பு, ஆகாயம் என்ற ஐந்து கணங்களும் எவ்வாறு மனிதனின் உடலியலோடும், உயிரியலோடும் தொடர்புடையது என்பதையும், ஐம்பெரும் பூதங்களால் ஆனது இப்பிரபஞ்சம், இப்பிரபஞ்சத்தை உள்ளடக்கியது இவ்வுடம்பு என்பதையும், மனிதர்களுக்குப் புரிய வைக்க வேண்டிய அவசரமும், அவசியமும் இப்போது எழுந்திருக்கிறது.

அந்த அவசிய முயற்சியின் வெளிப்பாடு தான் இப்புத்தகம். திரைப்படம் பற்றிய தீவிரமான விவாதங்களையும், விமர்சனங்களையும், உரையாடல்களையும், உள்ளடக்கமாகக் கொண்டு வெளிவரும் "படச்சுருள்" எனும் மாத இதழில் நடுப்பக்கங்கள் நான்கினை இம்முயற்சிக்கான மேடையாக்கிக்கொள்ள எமக்கிடமளித்த "படச்சுருள்" ஆசிரியர் மோ. அருண் அவர்களும், படச்சுருள் மாத இதழை வணிக ரீதியில் மேம்படுத்தித் தரும் நிறுவனமும் **(V2 Innovations)** எமது நன்றிக்குரியவர்கள்.

இயற்கை உணவு, இயற்கை வேளாண்மை, சுற்றுச்சூழல், நீர் மேலாண்மை ஆகிய தளங்களில் செவ்வனே செயலாற்றி வரும் **F5Green.org** அமைப்பும் - திருமிகு **V.P.**ராஜ் அவர்களும் கொடுத்த ஊக்கமும், உற்சாகமும் தான் இத்தொடர் வெளிவருவதற்குப் பெரும் காரணிகள். தன் பெயரை விடச் செயலே முக்கியம் எனக் கருதிச் செயலாற்றும் அவரை இத்தருணத்தில் நன்றியோடு நினைவு கூர்கிறேன்.

இத்தொடருக்கான ஓவியங்களை மிகச் சிறப்பாக வரைந்து தொடர் வண்ணமயமாக வெளிவரக் காரணமாக இருக்கும் நவீன ஓவியத்தின் நம்பிக்கைச் சுடர் திரு.மு.க.பகலவன் அவர்களை எத்துணை பாராட்டினாலும் தகும்.

"படச்சுருளில்" தொடராக வெளிவந்தாலும் முதல் பத்து அத்தியாயங்களைத் தொகுத்துப் புத்தகமாக வெளிக்கொணரும் ஹனி பீ பப்ளிகேசன்ஸ், நூலைச் செம்மைப்படுத்திய திரு.சுப்பையா தில்லைநாயகத்தையும், நூல் ஆக்கம் செய்த திரு.ஆடலரசு அவர்களையும் மனதாரப் பாராட்டுகிறேன்.

- ந. தாமரைக்கண்ணன்

ஐந்தும் கலந்த மயக்கம்
ந. தாமரைக்கண்ணன்

ஓவியம் : மு.க. பகலவன்

ISBN : 9788193240458

முதல் பதிப்பு : ஜூன் 2016

உரிமை : ஹனிபீ பப்ளிகேசன்ஸ்

இந்த புத்தகத்திலிருந்து எந்த ஒரு பகுதியையும் எந்த வகையிலும் எடுத்து மறுஅச்சு செய்யும் முன், பதிப்பகத்தாரிடமிருந்து எழுத்துப்பூர்வமான முன் அனுமதியைப் பெறவேண்டும்.

ஹனி பீ பப்ளிகேசன்ஸ் புத்தகங்கள் V2innovations நிறுவனத்தால் அச்சடித்துத் தரப்படுகின்றன.

நூல் கருத்தாக்கம் : ந. தாமரைக்கண்ணன், தி.சுப்பையா - 'கனவு ஆசிரியர்'
அட்டை வடிவமைப்பு : மு.க. பகலவன் - 'ஒரு விளம்பரம்'
நூல் ஆக்கம் : மு.வெ. ஆடலரசு

நூல் அச்சு : முல்லை அச்சகம், சென்னை - 600 002 தொலைபேசி : 044 - 42663840

ஹனி பீ பப்ளிகேசன்ஸ்
89/5, வான்சிறப்பு,
சு.கீழ்நாச்சிப்பட்டு
தென்மாத்தூர் (Po)
திருவண்ணாமலை - 606 603
V2honeybee@gmail.com
www.V2innovations.in
+91 75500 67524

உள்ளே

1. ஆதியில் சொல் இருந்தது 03

2. தாத்தாவுக்கு தாத்தாவுக்கு தாத்தாவுக்குத் தாத்தா 06

3. குறிஞ்சியும் முல்லையும் முறைமையில் திரியின்... 08

4. தாளாற்றித் தந்த பொருளெல்லாம் 11

5. இலையுதிர் மரங்கள் நடத்தும் இயற்கைப் பாடம் 14

6. தீங்கின்றி நாடெல்லாம் திங்கள் மும்மாரி பெய்து 17

7. ஐயா எங்கெணத்தக் காணலையா 20

8. கடல்மேல் பிறக்க வைத்தான் 23

9. பாசக்கார பயபுள்ள 26

10. காற்றேதான் கடவுளடா 30

1

ஆதியில் சொல் இருந்தது

அண்டம் என்றழைக்கப்படும் இப்பிரபஞ்சம் அதிசயங்களையும், ஆச்சரியங்களையும் மனித அறிவுக்கு இன்னும் புலப்படாத பல மர்மங்களையும் தனக்குள்ளே புதைத்துக்கொண்டு பேரமைதி காக்கிறது. அண்டத்தையே தன் சிற்றறிவால் ஊடறுத்துச் சென்றுவிட்டதாய் மனித மனம் அகங்கார ஆட்டம் போடுகிறது. பேரண்டத்தின் பரிமாணத்தின் முன் மனித சமுத்திரமே ஒரு துளிதான். அதில் மனித அறிவின் எல்லை சிறு துகள் தான்.

நுகர்வு யுகத்தில் வாழும் இன்றைய நவீன சமூகம் இதை உணர மறுத்தாலும் நமது முன்னோர்கள் மிகத் தெளிவாக இவற்றைப் புரிந்துகொண்டு இயைந்து வாழ்ந்திருந்தார்கள். அண்டத்தின் உள்ளடக்கமான பால் வழித்திரளின் எண்ணிலடங்கா விண்மீன்களில் ஒன்றான சூரியனை மையமாகக்கொண்டு சுழலும் கோள்களில் மூன்றாவதாய் அமைந்த பூமி நெருப்பு நிலையிலிருந்து மெல்ல மெல்லக் குளிர்ந்து பனிக்கோளாய் மாறியது. பனியும் முடிந்து நீரும் கதகதப்பாய் வெப்பமும் கொண்ட நிலப்பரப்பு உருவாக இச்சாதகமான சூழலில் உயிர்கள் ஜனிக்கத் துவங்கின.

புல்லாகிப் பூண்டாய் புழுவாகி மரமாகி பல்மிருகமாய் பறவையாய் பாம்பாய் மனிதராய் வல்லசுரராய் பேயாய் கணங்களாய் தேவராய் செல்லா நின்ற இத்தாவர சங்கமத்துள் என்ற மாணிக்கவாசகர் வார்த்தைகளைப் போல் பல பரிணாமங்கள் பெற்ற உயிர் மனித உருக்கொண்ட போது பூமி தன்னை வேறொரு அனுபவத்திற்குத் தயார்படுத்திக் கொண்டிருக்க வேண்டும்.

பூமியின் நிலநடுக்கோட்டிற்கு அருகே இருக்கும் நீர் வழித்தடம் நிறைந்த ஒரு நிலப்பரப்பில் தான் மனித இனம் தோன்றியிருக்க வேண்டும். அது ஆப்பிரிக்காவும் ஆசியாவும் இணைந்திருக்கும் ஒரு நிலத் தட்டில் தான் நடந்தேறி இருக்க வேண்டும். அந்த ஆதி மனிதக் கூட்டமும் அதன் பரம்பரையும் இயற்கையோடு வாழத் தலைப்பட்டது. நிலத்தை நீரை ஒளியை இருளை வளியை அடக்கியாளாமல் புரிந்து கொள்ள முயன்றது. இயற்கையிடமிருந்து அறிவைப் பெற்றது. அந்த ஞானத்தின் நீட்சியே விவசாயம் செய்யும் பண்பாடாய் உயர்ந்தது.

தனக்கு வேண்டிய உணவைத் தானே விளைவிக்கும் முயற்சியில் கருவிகள் கண்டறிந்தது. விலங்குகளைப் பயிற்றுவித்தது. வேட்டைத் தொழிலை மெல்ல விட்டொழித்து நாகரீகச் சாயம் பூசிக் கொண்டது. வேளாண் மரபிலிருந்து சிந்தனை மரபு தோன்ற ஆரம்பித்தது. புதிய சிந்தனைகள் புதிய உருவாக்கங் களைக் கொணர்ந்தது. இயற்கை என்பதன் நீள அகலங்களை ஆழ உயரங்களை அறிய முற்பட்டது. இறுதியில் தான் வேறு இயற்கே வேறு அல்ல என்பதை உணர்ந்து "நீர்வழிப் படூஉம் புணை" போல இயற்கை வழிப்பட்டு வாழ ஆரம்பித்தது.

நிலமும் நீரும் பௌதிகப் பொருளாய் ஆதி மனிதனோடு இணைந்திருக்க, காற்றின் இயக்கத்தைப் புரிந்து கொண்டவனுக்கு ஆகாயம் மட்டும் அதிசய மான ஒன்றாக இருந்தது.

மறை பொருளாய் இருந்த நெருப்பை அவன் கண்டுணர்ந்த கணம் தான் மனித மரபியலின் மகத்துவமான கணம். துவக்கத்தில் நெருப்பைச் செயற்கை எனப் புரிந்து கொண்டவன், நெருப்பு நம்மால் புதிதாக உருவாக்கப்பட்டதல்ல - வெளி எங்கும் பரவி மறைந்திருக்கும் அது தகுந்த சூழல் அமையும்போது தானாக வெளிப்படுகிறது என்பதைப் புரிந்து கொண்டபோது நெருப்பும் இயற்கையின் அம்சமே என்பதை ஏற்றுக் கொண்டான்.

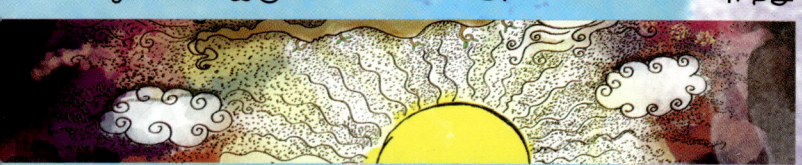

சிந்தனை மரபின் அடுத்த படிநிலையாய் ஞானமரபு உருவானது. இயற்கையின் சூட்சமத்தை அறியத் தலைப்பட்ட ஞானிகளும் யோகிகளும் மனிதனே இயற்கையின் ஒரு அங்கம் என்பதை உணர்ந்தார்கள்.

தாங்கள் உணர்ந்ததை அடுத்த தலைமுறைகளுக்குப் பயிற்றுவித்தார்கள். சொல்லும் எழுத்தும் அதைச் சாத்தியப்படுத்தியது. தமிழின் தொன்மையான தொல்காப்பியம் இப்பேரண்டத்தின் சூட்சமத்தை சூத்திரமாய் கொடுத்தது.

நிலம் நீர் தீ வளி விசும்பொடு
ஐந்தும் கலந்த மயக்கம் உலகம்

என்று தொல்காப்பியம் அறிவிக்கிறது. இருப்பது போல் இல்லாதிருப்பதும், இல்லாதிருப்பது போல் இருப்பதும் தான் மயக்கம். எனவே தான் தொல்காப்பியம் மயக்கம் என்ற சொல்லாடலைக் கையாள்கிறது.

தென்னாட்டில் பரவியிருந்த சித்தர்களின் கூற்று இன்னும் ஒருபடி இயற்கையின் புரிதலை மேலுயர்த்துகிறது. அண்டம் என்பதற்கும் உடம்பெனும் பிண்டம் என்பதற்கும் வேறுபாடு ஒன்றுமில்லை என்கின்றன சித்தர்களின் பதிவுகள். அண்டம் எப்படி நிலம் நீர் காற்று நெருப்பு ஆகாயம் எனும் ஐம் பிரிவுகளால் ஆனதோ அப்படியே மனித உடலும் ஐம்பூதங்களின் அசாத்தியக் கலவை என்கிறது சித்தர்களின் அறிவியல் நோக்கு.

இன்றைய நவீன உலகம் தமது பேராசைப் பெருநுகர்வுகளால் இப்பிரபஞ்ச வெளியை நாசமாக்கிக் கொண்டிருக்கிறது. ஒவ்வொரு தனி மனிதனுக்கும் இயற்கைச் சூழலின் சீரழிவுகளுக்கும் தொடர்பில்லை என்ற தவறான புரிதலில் மனித மனம் மயங்கிக் கிடக்கிறது. இப்பிரபஞ்ச வெளியில் மனிதனால் செயற்கையாக உருவாக்கப்படும் உருமாற்றங்கள் எல்லாம் மனிதன் தமக்குத் தாமே தோண்டிக் கொள்ளும் சவக்குழி என்பதை உணருகிற தருணங்கள் எத்தனையோ முறை ஏற்பட்டுக் கொண்டு தான் இருக்கின்றன. ஆனால் மறதி என்கிற மாமருந்து மனித இனத்தை எப்பொழுதும் தவறான பாதையிலேயே பயணப்படத் தூண்டுகிறது.

அண்டம் சீரழிந்தால் பிண்டம் சீரழியும் என்பதை ஆதியில் இருந்த சொல் நமக்கு உணர்த்திக் கொண்டே இருக்கிறது. ஆம். ஆதியில் ஒரு சொல் இருந்தது. அது நன்றாகவே இருந்தது. அது அண்டமே பிண்டம்; பிண்டமே அண்டம் என்று அப்போதே சொன்னது.

ந. தாமரைக்கண்ணன்

2 தாத்தவுக்குத் தாத்தவுக்குத் தாத்தவுக்குத் தாத்தா

ஐம்பது லட்சம் ஆண்டுகளுக்கு முன்பு பூமி என்கிற நிலம் குளிரத் துவங்கியபோது ஆப்பிரிக்காவின் சகாரன் பகுதியில் சதுப்பு நிலங்கள் மறைந்து வெப்ப மண்டலக் காடுகள் உருவாக ஆரம்பித்தன. இச்சாதகமான சூழல் தாவர உண்ணிகளும், அனைத்துண்ணிகளும் உருவாக ஏதுவாக அமைந்தது. அப்படி உருவானதுதான் ஹோமினின் என்றழைக்கப்படும் நமது தாத்தாவுக்குத் தாத்தாவுக்குத் தாத்தாவுக்குத் தாத்தா. இன்றைய நவீன மனிதனின் மூதாதையர்.

ஒரு லட்சம் ஆண்டுகளுக்கு முன்பு ஹோமோ செபியன்ஸ் செபியன்ஸ் என்றழைக்கப்படும் நவீன மனிதனின் ஆதிக்கம் தோன்றியது. அவன் ஆப்பிரிக்கப் பகுதிகளை விட்டுப் புதிய நிலம் தேடும் ஆவலில் பயணப்படத் துவங்கினான். கண்டம் விட்டுக் கண்டம் நகர்ந்தான். ஐம்பதாயிரம் ஆண்டுகளுக்கு முன்பு கடல் கடந்து ஆஸ்திரேலியாவிற்குச் சென்றான். முப்பத்து மூவாயிரம் ஆண்டுகளுக்கு முன்பு மேற்கு பசிபிக் தீவுகளைக் கண்டடைந்தான். பதினைந்தாயிரம் ஆண்டுகளுக்கு முன்பு அமெரிக்காவிற்குப் பரவினான். 4,500 ஆண்டுகளுக்கு முன்பு ஆர்ட்டிக் பிரதேசங்களில் ஊடுருவினான்.

இரண்டாயிரம் ஆண்டுகளுக்கு முன்பு தான் ஆழ்கடல் பசிபிக் தீவுக் கூட்டங்களில் பரவினான். அங்கிருந்து நியூசிலாந்து தீவுக்கு 1200 வருடங்களுக்கு முன்பு சென்றடைந்தான்.
இப்படித்தான் ஐம்பது லட்சம் வருடப் பாரம்பரியம் கொண்ட மனித இனம் கால்நடையாகவே நிலம், நீர் கடந்து பூமியெங்கும் வியாபித்தது.

ஏழேழு தலைமுறையாக பதினெட்டுப் பட்டிக்கும் நாங்க தான்டா நாட்டாமை என்று தமிழ்ச் சினிமாவில் விரல் சொடுக்கும் கதாநாயகர்கள் இனி வசனத்தை மாற்றிக் கொள்வதே நல்லது. ஒரு லட்சத்து அறுபத்தாறாயிரத்து அறுநூற்று அறுபத்தாறு புள்ளி ஆறு ஆறு தலைமுறையாக ஏழு கண்டங்களிலும் நாட்டாமை செய்தவர்கள் நாம்.

இந்த மிக நெடிய கால கட்டங்களில் பூமி எல்லா வகையிலும் தன்னுடைய தகவமைப்பை மாற்றிக் கொண்டே வந்தது. கடல்கள் சிறியதிலிருந்து பெரியதாகிக் கொண்டே வந்தன. பனிப் பாளங்கள் பெரியதிலிருந்து சிறியதாகிக் கொண்டே வந்தன.வெப்பநிலை குளிரிலிருந்து கதகதப்பாகிக் கொண்டே வந்தது.

"மனிதக் குரங்கின் கால்வழியில்
வந்தவர்கள்! அன்பானவரே, அது
உண்மையல்ல என்பதாக நம்புவோம்.
ஆனால் அது அப்படித்தான் எனில் அது
பரவலாக அறிந்ததாக ஆகாமலிருக்கும்படி
நாம் வேண்டுவோம்".

- சார்லஸ் டார்வின்
தனது பரிணாமக் கோட்பாட்டை
வொர்ஸ்டர் பிஷப்பின் மனைவிக்கு
விளக்கிக் கூறியபோது அவர்
கூறியதாகச் சொல்லப்படுகிறது.

இதுவரை அறிவியல் நம்புகிறது. வேறெங்கோ ஒரு கோளில் உயிர் இருக்கலாம். அப்படியே இருந்தாலும் அது மனிதனைப் போலவே இருக்கும் என்று எந்த உத்திரவாதமும் இல்லை. ஒத்த உருவாய் இருக்கவும் முடியாது.

உயிர் என்பதை உடல் என்ற சவத்தின் இயக்கு சக்தி என்கிறது ஆன்மிகம். உயிர் என்பதை அடினைன், குவானைன், தயமின், சைட்டோசைன் என்பதன் தொகுதி என்கிறது அறிவியல். எது எப்படியாயினும் உயிர் என்பதை ஜனிக்கவும், இருக்கவுமான சாதகமான சூழலை ஏற்படுத்தித் தந்து கொண்டே இருக்கிறது இப்பிரபஞ்சம்.

உயிருள்ள ஒவ்வொரு பொருளும் ஏதோ ஒரு ஒற்றைத் திட்டத்தின் விரிவாக்கம்தான். பிரபஞ்சம் தோன்றிய கடந்த நானூறு கோடி ஆண்டுகளாக நிகழ்ந்து வரும் விட்டுக் கொடுத்தல்கள், சரிக்கட்டல்கள், தகவமைவுகள், மற்றும் ஒட்டு வேலைகளின் ஆவணக் காப்பகம் தான் இன்றைய நவீன மனிதன். மனிதனுக்கு இன்னொரு மனிதன் மட்டுமல்ல. காய்கறிகளும் கீரைகளும் கூட உறவினர்கள் தான். இரத்த சொந்தங்கள்தான். மனித உடம்பில் நடைபெறும் உயிர் வேதியியல் செயல்பாடுகளில் எண்பது சதவீதம் ஒரு வாழைப்பழத்திலும் நடக்கிறது என்கிறார்கள் மரபணுவியலாளர்கள்.

உயிர்களனைத்தும் ஒன்றுதான் என்பதை இதற்குமேல் எப்படிச் சொல்வது?
காக்கைக் குருவி எங்கள் ஜாதி - நீள்
கடலும் மலையும் எங்கள் கூட்டம்
என்ற பாரதியின் அறைகூவலில் ஒலிப்பதும் இதுதான்.

3

குறிஞ்சியும் முல்லையும் முறைமையில் திரியின்...

விலங்குத் தோலுரித்து மானுடச் சட்டையை மனிதன் ஒரே இரவில் அணிந்து விடவில்லை. எந்த ஒரு மாற்றமும் மெல்ல மெல்ல மிக மெல்லத் தான் நிகழும். அவ்வாறு நிகழும் மாற்றம் தான் நிலை கொள்ளம். ஓரிரவில் நிகழும் மாற்றங்களெல்லாம் அடுத்த இரவில் காணாமல் போய்விடும். மனித இனத்தின் படிநிலை மாற்றங்கள் அவ்வாறே மிக மெதுவாய் நிகழ்ந்தேறின. அடிப்படையில் மனித இனம் வேட்டைச் சமூகத்தைச் சார்ந்தது. மரங்களிலிருந்து பறித்து உண்ட கனியோ, தரையிலிருந்து தோண்டியுண்ட கிழங்கோ, அடையிலிருந்து வழிந்தெடுத்த தேனோ, அம்பெய்திக் கொன்ற மானோ அனைத்துமே வேட்டையில் கிடைத்த விளைவுகள்.

மிகச் சரியாக பத்தாயிரம் ஆண்டுகளுக்கு முன்பு தான் வேட்டையை விடுத்து விவசாயத் திற்கு மனித இனம் மாறியிருக்கிறது. கவண்கல் துறந்த கரங்கள் கலப்பைத் தூக்கியதுதான் மானுட நாகரீகத்தின் மைல்கல் துவக்கம். பத்தா யிரம் ஆண்டுகளுக்கு முன்பு பனியுகத்தின் முடிவான கால கட்டங்களில் பூமி முழுவதும் வியாபித்திருந்த மனித இனத்தின் ஒட்டு மொத்த மக்கள் தொகையே கோடிக்கும் குறைவாகத் தான் இருந்தது. அவர்களின் மொத்த உணவும் காட்டு மரங்களிலிருந்தும், காட்டு விலங்கு களாலும் கிடைத்து வந்தது. தானே கிடைத்ததை மட்டுமல்ல, விரும்பிய உணவுக்கான தேடலாய் அலைந்து திரிந்து வேட்டையாடியும் உண்ட சமூகம் அது.

மனிதனின் புலம் பெயர்தல் உணவுத் தேவைக் காக மட்டுமே இருந்தாலும் கூட ஒரே இடத்தில் அதிகரித்து விடும் மக்கள் தொகையை பல பிரிவுகளாக பிரித்து வேறு வேறு இடங்களுக்கு நகர்த்துவதன் மூலம் ஓரிடத்தில் கிடைக்கும் உணவை அனைவரும் தேவைக்கேற்ப நுகரும் உத்தியாகவும் இருந்தது.

ஆற்றங்கரைகள் தான் நாகரீகத்தின் தொட்டில் கள் என்று பரவலான கருத்துரு வாக்கம் இருந்தாலும் கூட வேளாண் சமூகமாய் மனிதன் மாறும் போதுதான் ஆறும் நீரும் வண்டலும் அவனது தேவைகளாக இருந்தன. அதற்கு முந்தைய பல மில்லியன் வருட வாழ்க்கை காடு களும், மலைகளாகவும் தான் இருந்திருக்க முடியும்.

ஏனெனில் வேட்டைக் களமும், மரங்கள் அடர்ந்த காடுகளும், இயற்கைப் புதையலாய் மலைகளும் தான் எல்லா உயிரினங்களுக்கும் வாழத் தேவையான உணவை, உறைவிடத்தை இயல்பாகத் தரவல்லவை. எனவே, எந்தவித அறிவியல் நோக்குமின்றி வாழ்ந்த ஆதி மனிதனின் தாய்மடி மலைகளே.

கல்லாயுதம் செய்தான், கற்பாளங்கள் கொண்டு உருளைகள் செய்தான், சக்கரம் செய்தான் என்றால் கல் என்பவை மலைகளின் கொடை. நதிகளில், சமவெளிகளில் இவை சாத்தியப் பட வாய்ப்பே இல்லை. எனவே ஆதி மனிதனின் தாய்மடி மலையும் மலை சார்ந்த பகுதிகளே ஆகும்.

கற்கால வாழ்க்கை விடுத்து விவசாயம் செய்யத் தலைப்பட்ட போதே அவன் சம வெளிகளில் புலம் பெயர்ந்து வேளாண் மைக்கு ஏதுவான வண்டல் படுகைகளையும், நீர் ஆதாரங்களான நதிகளையும் தெரிவு செய்தான். அதுவே அவனை முழுமையான நாகரீகமுள்ள மனிதனாக மாற்றியது. எனவே தான் நதிக்கரைகளை நாகரீகத்தின் தொட்டில் கள் என்கிறோம். நாகரீகம் என்கிற புற ஒழுக் கம் தோன்றியது நதிக்கரை ஓரங்களில். மனித இனம் வேட்டையாடித் திரிந்தது மலைகளின் மடியில்.

வேட்டைச் சமூகத்தில் நிரந்தரக் குடியிருப்பு கள் இல்லை. இனக் குழுக்கள் இயங்கிக் கொண்டே இருந்தன. காலப் போக்கில் மனம்போக்கில் இடம் பெயர்ந்தன. கைவிடப் பட்ட குகைகளும், பயன்படுத்தப்பட்ட வாழிடங்களும் அதிக மிருந்தன. அவை அடுத்த குழுக்களுக்கும் பயன்பட்டன. சொத்தென்றும் சொந்தமென்றும் சொல்லிக் கொள்ள எதுவுமில்லை.

ஆனால் எட்டாயிரம் ஆண்டுகளுக்கு முன்பு நதியோரத்தில் வேளாண் பண்பாடு துவங்கிய வுடன் இடம்பெயர்தல் நின்று போனது. அறுத்ததை உண்ண தோதாகிப்போன சம வெளியில் நிரந்தரக் குடியிருப்புகள் உருவாகின. தமது என்றும் தங்களுக்கானது என்றும் உறைவிடங்களும், சேமிக்கப்பட்ட உணவு தானியங்களும் கையாளப்பட்டன. நாளை என்கிற எதிர்பார்ப்பு தோன்ற ஆரம் பித்தது. சேமிப்பு, சேமித்ததைக் காத்தல், வினியோகித்தல் என்கிற விஞ்ஞான முறைகள் முளைத்தன. கூடவே, சொத்து என்கிற சமூகக் காரணியும் மெல்லத் துளிர்விட்டது.

புரதமும் கார்போஹைட்டிரேட்டும் தரக்கூடிய தானியங்களையும், பருப்பு வகைகளையும் விளைவிப்பதில் ஆர்வம் காட்டினார்கள். தென்மேற்கு ஆசியப் பகுதிகளில் கோதுமை, அவரை, பட்டாணி விளைவிக்கப்பட்டன. கிழக்கு நிலப் பகுதிகளில் அரிசி, சோயாவும், ஆப்பிரிக் காவின் வெப்ப மண்டலப் பகுதிகளில் சோளமும், பரவலாக உருளைக் கிழங்கும், மெக்சிகோ பகுதி களில் கிழங்கு வகைகளும் விளைவிக்கப்பட்டன. இதே நிலப்பகுதிகளில் ஆடு, பன்றி, கழுதை, குதிரை, கோழி போன்ற வீட்டு விலங்குகள் மற்றும் பறவைகளும் வளர்க்கும் வழக்கம் உருவாகியது. கிட்டத்தட்ட ஆஸ்திரேலியாவைத் தவிர மற்ற எல்லாப் பகுதிகளிலும் இத்தன்மை பொதுவாய் இருந்தது. ஆஸ்திரேலியாவைப் பொறுத்தவரை 18ஆம் நூற்றாண்டில் ஐரோப்பிய நாடுகளில் ஏற்பட்ட புரட்சி மற்றும் அரசியல் பிரச்சினைகளால் நாடு கடத்தப்பட்ட வெள்ளை யர்கள் வந்திறங்கிய பிறகே முறையான விவசாய முறை மேற்கொள்ளப்பட்டது.

புதிய கற்காலம் முடிவுக்கு வந்த 6000 ஆண்டு களுக்கு முன்புதான் தென்மேற்கு ஆசியா வில் நீர் பாசனம், உழவு போன்ற தொழில் நுட்பங் களும், பழங்கள் பயிரிடும் முறையும் நடைமுறைக்கு வந்தன. அதன் பிறகே அது ஐரோப்பிய நாடு களுக்கும் பரவியது. அதே காலகட்டத்தில்தான் தென்னிந்திய நிலப்பரப்புகளில் வாழ்ந்த நாம் ஆதிகுடிகள் நிலத்தின் தன்மையைத் தெளிவாய்ப் பகுத்துணர்ந்து வாழ்ந்து காட்டினர். நிலத்தை ஐவகையாய் பிரித்துத் திணையும் கருப் பொருளும் வகுத்தனர்.

மலையும் மலை சார்ந்த பகுதியை குறிஞ்சி யென்றும், காடும் காடு சார்ந்த பகுதியை முல்லை யென்றும், வயலும் வயல் சார்ந்த பகுதியை மருதம் என்றும், கடலும் கடல் சார்ந்த பகுதியை நெய்தல் என்றும், மணலும் மணல் சார்ந்த பெரு வெளியை பாலையென்றும் சரியாய் பகுத்தனர்.

உலகில் வேறெங்கும் வாழ்ந்த இனக் குழுக் களிடையே நிலம் சார்ந்த இத்தகைய புரிதல் இருந்தது என்பதற்குச் சான்றுகள் இல்லை. நிலத்தை அதன் போக்கில் புரிந்து கொள்வதற்கு இயற்கை சார்ந்த அறிவும், இயற்கையோடு கலந்த உணர்வும் அவசிய மாகிறது. அது நம் முன்னோர்களுக்குக் கைவரப் பெற்றிருந்தது. மலை முதல் பாலை வரையிலான நிலம் சார்ந்த மெய்ஞானம் இன்றும் நம்மை ஆச்சரியப்படுத் துகிறது. எந்த மண்ணில் எது விளைந்ததோ அதை உண்டனர். நம் முன்னோர்களைப் பொறுத்தவரை மண்ணில் விளைந்த மரமும் அம்மண்ணில் வாழ்ந்த மனிதனும் ஒன்று.

அதனாலேயே நிலம் பாழ்பட்டால் எதுவாக மாற்றம் பெறும் என்பதைக் கூட அவர்களால் கணிக்க முடிந்தது.

“முல்லையும் குறிஞ்சியும்
முறைமையில் திரியின்
நல்லியல்பு இழந்து நிலம் நடுக்குற்று
பாலை என்றும் படிமம் கொள்ளும்”

என்று தொல்காப்பியத்தை வழிமொழிந்து சிலப்பதிகாரம் சொல்லும் சொற்றொடர்கள் தீர்க்க தரிசனம் மிக்கவை.

தாளாற்றித் தந்த பொருளெல்லாம்

4

வேள் என்பதை வேர்சொல்லாகக் கொண்டு, உருவான வார்த்தையே வேளாண்மை என்றானது. வேளாண்மை என்ற சொல்லுக்கு கொடை, வாகை, உதவுதல் என்றெல்லாம் பொருளுண்டு.

தாளாற்றித் தந்த பொருளெல்லாம் தக்கார்க்கு வேளாண்மை செய்தற் பொருட்டு.

என்கிறது வள்ளுவம். நாம் தேடித் தேடிச் சேர்க்கும் பொருளின் பொருள் எது வென்றால் தேவைப்படுபவர்க்கு கொடுத்து உதவுவதில் தான் இருக்கிறது என்கிறார் வள்ளுவர். எனவே, வேளாண்மை என்றாலே கொடுத்தல் என்றே பொருள்படுகிறது. நிலம் தன்னை நம்பி இருப்பவர்களுக்கு அள்ளி அள்ளிக் கொடுக்கிறது என்பதாலேயே இந்தப் பெயர் வந்திருக்கலாம்.

கொடுப்பவர் அனைவரும் இந்தப் பெயர் வந்துவிடாது. எதிர்பார்ப்பில் லாமல் கொடுப்பவர் எவரோ அவருக்கே இந்தப் பெயர் பொருந்தும்.

"கைமாறு கருதாத மாரிமாட்டு" என்ற பதமும் வள்ளுவனிடம் உண்டு. கைமாறு கருதாமல் பெய்கிறது மழை. மேலிருந்து கீழ் நோக்கிப் பெய்யும் மழை மட்டும் இல்லாமல் போனால் பூமியில் கீழிருந்து மேல் நோக்கி எதுவுமே வளராமல் போகும் சாத்தியம் உண்டு. ஆனால் நாம் மேகத்திற்கோ, மழைக்கோ எதுவுமே பிரதி உபகாரம் செய்வதில்லை. நாம் போடும் சாபங்களைத் தவிர, மழை யைப் போலவே தான் நிலமும் எந்த எதிர்பார்ப்புமின்றி அள்ளிக் கொடுக்கிறது.

ந. தாமரைக்கண்ணன்

வெள்ளத்தை ஆள்பவன் என்ற பொருளிலும் வேளாண் என்ற வார்த்தை உருவாகி இருக்கலாம். கொடுப்பதுடன் பிறரைப் பேணுதல் என்ற சொல்லுக்கும் வேளாண்மை என்ற பொருளுண்டு. 'Agriculture' என்ற ஆங்கிலச் சொல் 'agriculture' என்னும் லத்தீன் சொல்லி லிருந்து பிறந்தது. 'ager' என்ற சொல் நிலத்தை யும், 'culture' என்ற சொல் பண்படுத்தலையும் குறிக்கும். நிலத்தைப் பண்படுத்தும் சொல்லே 'agriculture' என்று அழைக்கப்படலாயிற்று.

நிலத்தைப் பண்படுத்தல் என்ற தொழில் பெயரைக் கொண்டு பிற மொழிகள் விவசாயத் தைக் குறிக்கும் போது உதவுதல் என்ற பண்புப் பெயரைக் கொண்டு தமிழ் விவசாயத்தை அழைத்தது. 'Culture' என்பது பண்பாடு என்றானபோது 'cult' எனும் சொல்லில் 'கல்' என்பது அகழ்தல், தோண்டுதல் என்பதைக் குறிக்கிறது. உள்ளத்தைத் தோண்டி உண்மைப் புதையலைக் கண்டறிவதே கல்வி. எனவே, வேளாண்மை என்பதற்கும் கல்வி என்பதற்கும் நெருங்கிய தொடர்பு உண்டு. இப்படித்தான் நிலத் தோடு தொடர்புடைய வேளாண் தொழில் மனித இனத்தின் மேம்பட்ட செயல்பாட்டுக் காரணியாயிற்று.

வேளாண்மையின் வரலாறே மனித வரலாற்றில், மேம்பாட்டில் முக்கியப் பங்கு வகிக்கிறது. நிலத்தைப் பிரித்துக் கொள்வதில் கருவிகள் தயாரிப்பதில் மனிதனுக்கிருந்த அறிவு நிலம் சார்ந்தே உருவானது.

விலங்குகள் மற்றும் தாவரங்களின் உற்பத்தியைக் கொண்டு நாகரிகங்களுக்கு வழிவகுத்த மிகச் சிறந்த மானுடவியல் படிநிலை வளர்ச்சியே வேளாண்மை. அடர்த்தியான மக்கள் தொகை யும் நிலத் தொடர்புச் சமூகங்களும் வேளாண்மை வளரக் காரணிகளாய் இருந்தன. விவசாயம் உணவுப் பயிர்களை வளர்க்கின்ற முறை மட்டு மன்று. அது நில மேலாண்மை என்ற கருத்திய லோடு தொடர்புடையது. நீர் வளத்தைப் பயன் படுத்திக் கொள்வதும், நிலத்தின் ஏற்புத் திறனை மேம்படுத்திக் கொள்வதும், இயற்கையோடு உறவாடுதலுமே வேளாண்மை ஆகும்.

தட்பவெப்ப நிலையைப் புரிதலும், அதைக் கையாள்வதும் வேளாண்மையின் மிகச் சிறந்த உத்திகள். இன்று வளர்ந்து பரவி நிற்கும் அனைத்துக் கலைகளும், முறைப் படுத்தப்பட்ட சட்ட அமைப்பு முறை களுக்கும் அடிப்படைக் காரணமாக அமைந்தது விவசாயமே.

ஒரு சமூகத்தில் விவசாயிகள் மட்டுமே முழு அங்கமன்று. அல்லது ஒரு சமூகத்தின் அனைத்துத் தரப்பு மக்களும் விவசாயம் செய்வதில்லை. தொழிலாளர்கள், உடல் உழைப்பாளர்கள், ஆட்சியாளர்கள், மூளைத்திறன் செயற்பாட்டாளர்கள், வணிகர்கள் என்று அனைத்துத் தரப்பு மக்களும் தங்கள் வேலைகளில் முழுமையாக ஈடுபட்டுப் பொருள் ஈட்டும்போது அவர்கள் உண்ணத் தேவையான உணவை உற்பத்தி செய்கிற உற்பத்தியாளர்களே விவசாயிகள்.

விவசாயத்தின் முன்னேற்றமே மனித குல மாண்பை வளர்த்தெடுக்கிறது என்கிறார்கள் மானுடவியலாளர்கள். காட்டெருமை, காட்டு ஆடுகளைப் பயன்படுத்தி சுமை இழுக்கவும், பாரம் தூக்கியாகவும் கொண்டு மேற் கொள்ளப்பட்ட புதுக்கற்கால விவசாயம் மேய்ப்பவர்களை முதன்மையாளர்களாகக் கொண்டு அரை நாடோடி மக்களை உதவியா ளர்களாகக் கொண்டும் வளர ஆரம்பித்தது.

மத்தியக் காலகட்டங்களில் வட ஆப்பிரிக் காவின் மக்கள் தண்ணீர் சக்கரங்கள், தண்ணீர் தூக்கும் இயந்திரங்கள், அணைகள் மற்றும் நீர்ப்பிடிப்புப் பகுதிகளைப் பயன்படுத்திப் பரவலான விவசாயத்தைச் செய்தனர். அவர்கள் காலநிலை, இடம், விதை குறித்த வேளாண் கையேடுகளையும் எழுதினர். அறுவடைச் சாதனங்களையும் உருவாக்கினர்.

பயிர் சுழற்சி முறை அறிமுகப்படுத்தப்பட்டது. இரும்புக் கலப்பைகள் சீனாவிலிருந்து இறக்குமதி செய்யப்பட்டன.

வேளாண்மையில் உலகளாவிய மாற்றம் என்பது இன்றைக்கு நேற்று நடந்ததல்ல. அது பதினான்காம் நூற்றாண்டிலேயே நடந்தேற ஆரம்பித்து விட்டது. அப்போதைய அயல்நாட்டுப் பயணிகளின் வருகை அதை வெகுவாய் சாத்தியப் படுத்தியது. சீனர்கள், கிரேக்கர்கள், அரேபியர்கள், இந்தியர்கள் என்று அங்குமிங்குமாய் வியாபாரத்திற்கு இடம் பெயர்ந்தவர்களால் கால் நடைகளிலும் வேளாண் வித்துக்களிலும் புதிய புதிய அறிமுகம் ஏற்பட்டது.

இப்பரிமாற்றத்தில் தக்காளி, மக்காச்சோளம், உருளைக்கிழங்கு, மரவள்ளி, கோக்கோ, புகையிலை போன்றவை மேல்திசை நாடுகளிலிருந்து கிழக்கிந்திய நாடுகளுக்கும், கோதுமை, வாசனைப் பொருட்கள், காப்பி, கரும்பு போன்ற கீழ்திசையிலிருந்து மேல் திசைக்கும் எடுத்துச் செல்லப் பட்டன. குதிரை, கழுதை, நாய் போன்றவை மேற்கத்திய தேசங்களின் விவசாயப் பண்ணைகளில் வெகுவாய் பயன்படுத்தப் பட்டன.

நவீன வேளாண்மை பசுமைப் புரட்சி என்கிற பெயரில் பல்வேறு விவாதங்களை அதிர்வுகளை ஏற்படுத்தினாலும் 1940களில் அறிமுகப்படுத்தப் பட்ட அவ்வியக்கமே இன்றைய வேளாண் அரசியலைத் தீர்மானிக்கிற முதன்மைக் காரணியாகத் திகழ்கிறது. நவீன பசுமைப் புரட்சி உற்பத்தி இலக்கை மட்டுமே தீர்மானமாகக் கொண்டு செயல்பட்டதே ஒழிய மண், மரபு, மாண்பு, மக்கள் இவற்றைப் புறந்தள்ளியது தான் காலத்தின் மீது மனிதன் நடத்திய கொடும் போர்.

சுழன்றும் ஏர்ப் பின்னது உலகம்
உழன்றும் உழவே தலை

என்ற வள்ளுவமும், வேளாண்மையின் ஒவ்வொரு நிலையையும், ஒவ்வொரு கருவியையும், ஒவ்வொரு இடுபொருளையும் குறித்துக் கம்பன் எழுதிய ஏர் எழுபதும் வேளாண்மையின் சிறப்புயர்ந்த தமிழ் கூறும் நல்லுலகம் உலகிற்கு வழங்கிய நன்கொடையாகும்.

ந. தாமரைக்கண்ணன்

5

இலையுதிர் மரங்கள் நடத்தும் இயற்கைப் பாடம்...

வேளாண்மை என்பது மிகவும் லாபகரமான பயனுள்ள தொழில் என்ற நிலை மாறி இன்று பெருத்த நஷ்டமும் கடன்களும் சூழ்ந்து நிற்கும் வேலை என்றாகிப் போனது. இந்தியா மட்டுமல்ல, உலகின் பல நாடுகளிலும் முப்போகம் சாகுபடி செய்த விவசாயி ஓரிரவில் சாகும்படி செய்வது எது? என்ற கேள்வி சமூகவியலாளர்கள் மத்தியில் விடை தெரியாத வினாவாய் எழுந்து கொண்டே இருக்கிறது.

வேளாண் தொழிலைப் பாதிக்கும் காரணிகள் பல உண்டு. நிலவியல், சூழியல், சமூகவியல், அறிவியல் மற்றும் அரசியல் காரணிகள் பல. அவற்றில் முதன்மையானவை நிலவியல் காரணிகள். கால நிலை, நில அமைப்பு, மண்வளம், நீர்வளம் மற்றும் தொழிலாளர்களின் மனநிலை ஆகியவை பெரும் பாதிப்பை விவசாயத்தில் ஏற்படுத்துகின்றன.

தட்பம் என்கிற குளிரும் வெப்பம் என்கிற வெயிலும் வேளாண் விளைபொருளின் தன்மையைத் தீர்மானிக்கின்றன. காலநிலை மாற்றம், ஈரப் பிரதேசங்களின் தன்மையை மாற்றி விவசாயத்தைப் பாதிக்க வல்லது. புவி வெப்பமயமாதல் இன்று விவசாயத்தைப் பாதிக்கிறது என்று உலகம் முழுவதும் குரல்கள் ஓங்கி ஒலிக்கின்றன. ஆனால், விவசாயமே புவிவெப்பமயமாதலைத் தணிக்கவோ அதிகரிக்கவோ செய்யலாம் என்பதை யாரும் கவனத்தில் கொள்வதில்லை.

மண்ணில் உள்ள உயிர்மப் பொருட்கள் சிதைவடைவதால் வளிமண்டலத்தில் கரியமில வாயுவின் அளவு அதிகரிக்கிறது. அறுவடை செய்யப்பட்ட நன்செய் நிலத்தின் நெற்பயிர்களின் வேர்பகுதிகள் சிதைவடைவதாலும், ஈரமான நிலங்களில் உள்ள உயிர்மப் பொருட்கள் அழிவதாலும் வளிமண்டலத்தில் மீத்தேன் வாயு அதிகரிக்கிறது. ஈரமான நிலங்களில் நைட்ரஜன் குறைபாடு ஏற்படுவதால் நைட்ரிக் ஆக்ஸைடு உமிழப்படுகிறது. இப்படி விவசாய நிலங்களும் கணிசமான அளவிற்குப் பசுமை இல்ல வாயுக்களை வெளியிட்டு உலகவெப்பமயமாதலைப் பாதிக்கின்றன. ஆனால், இயற்கையில் உருவாகும் இத்தகைய மாறுபாடுகளால் சூழல் பாதிக்கப்படுவதில்லை. செயற்கையாக உருவாக்கப்படும் தொழிற்சாலைக் கழிவுகளால் ஏற்படும் பசுமை இல்ல வாயுக்களே புவி வெப்பமயமாதலைப் பெரிதும் அதிகரிக்கின்றன. ஏனெனில், இயற்கை ஏற்படுத்தும் எந்த ஒரு விளைவும் சுழற்சிக்கு உட்படுபவை. செயற்கை நிகழ்வுகள் தான் சுழற்சிக்கு உட்படாமல் நிலையான பாதிப்புகளை ஏற்படுத்துகின்றன

ஆறு டிகிரி செல்சியசுக்கும் குறைவான வெப்பநிலை உள்ள நிலப்பகுதிகளில் மண் குளிர்ந்தும் உறைந்தும் போவதால் தாவரங்கள் வளர்வதில்லை. அதிக வெப்பநிலை நிலவும் பாலைவனப் பகுதிகள் வறண்டு போகின்றன. ஆனால் மிதமான வெப்பநிலையும், மிதமான குளிரும் உள்ள நிலபகுதிகளே அனைத்து வகை வேளாண்மைக்கும் ஏற்றதாக அமைகின்றன. எடுத்துக்காட்டாக, வெப்ப மண்டலப் பகுதிகளில் நெல் விளைகிறது. நெல் விளைவதற்கு அதிக வெப்பமும், அதிக நீரும் தேவைப்படுகிறது. மிதவெப்ப மண்டலப் பகுதிகளில் கோதுமை விளைகிறது. கோதுமை விளைவதற்கு குளிர்ந்த கால நிலை தேவைப்படுகிறது.

கடல் மட்டத்திலிருந்து நிலத்தின் உயரம் மாறுபட்டுக் கொண்டே இருக்கிறது. தாழ்நிலங்கள், பீடபூமிகள், சமவெளிகள், மலைப் பிரதேசங்கள் என்று நிலம் பல்வேறு பரிமாணங்களைக் கொண்டிருக்கிறது. கடல் மட்டத்திலிருந்து நிலத்தின் உயரத்திற்கேற்ப வெப்பநிலையும் மாறுபடுகிறது. அவ் வெப்பநிலை வேறுபாடு வேளாண்மையைப் பாதிக்கிறது. அயன மண்டலத்திலுள்ள உயர்ந்த பகுதிகளில் மித வெப்பமண்டலப் பயிராகிய காரட், முள்ளங்கி விளைவிக்கலாம். ஆனால், பருத்தி விளைய பனிப்பொழிவற்ற இருநூறு நாட்கள் தேவைப்படுகிறது. அது குறைந்த வெப்பம் நிலவும் காலங்களில் பயிர் செய்யப்படுகிறது.

இப்படி எந்த நிலத்தில் எந்தப் பருவத்தில் என்ன விளையும் என்பதை நிலமும், அமைவிடமும் தான் தீர்மானிக்கிறதே தவிர மனிதன் தீர்மானிப்பதில்லை. தீர்மானிக்கவும் முடியாது. இந்த உண்மையை ஐம்பது ஆண்டு களுக்கு முன்பு வாழ்ந்த தலைமுறை ஏற்றுக் கொண்டு வாழ்ந்தார்கள். எனவே, அவர்கள் "வாழ்ந்தார்கள்." உலகமயமாக்கலுக்குப் பிறகு எந்த நிலத்திலும் எந்தக் காலத்திலும் எதையும் விளைவிக்கலாம் என்ற வணிக அகங்காரப் போக்கு வேளாண்மையின் உச்சந்தலையில் கால் வைத்து அழுத்தும் இழிசெயலைச் செய்து கொண்டிருக்கிறது.

மரங்களிடமிருந்து மனிதன் கற்றுக் கொள்ள வேண்டிய "இயல் பாடல்கள்" நிறைய இருக்கின்றன.

நீர் வற்றிப்போகும் வறட்சிக் காலத்தில் மரங்கள் இலைகளை உதிர்க்கின்றன. ஏன்? இலையில் ஒளிச் சேர்க்கையின் போது நீராவிப் போக்கு நிகழும். வேர்கள் உறிஞ்சும் நீர் இலைகளின் வழியே ஆவியாய் வெளியேறும். நிலத்தடி நீர்மட்டம் மிகக் குறைவு. இதை நீர் தேடி அலையும் வேர்கள் அறியும். ஆனால் காற்றாட அசையும் இலைகள் அறியா. எனவே, அவை தன்போக்கில் வேர் உறிஞ்சும் நீரை வீணாக்கும். கிளைகள் இதைக் கவனிக்கின்றன. வேர்களின் துயரம், இலைகளின் தான்தோன்றித்தனம் இரண்டையும் புரிந்து கொண்ட கிளைகள் ஒரு முடிவுக்கு வருகின்றன.

மண்ணுக்குள் புதைந்து தமக்காகப் போராடும் வேர்களைக் காப்பாற்ற, ஊதாரித்தனம் செய்யும் இலைகளை உதிர்ப்பதென முடிவுக்கு வருகின்றன. அப்படி கிளைகளால் உதிர்க்கப்பட்ட இலைகள் மரத்தைச் சுற்றிலும் நிலத்தின் மேல் விழுந்து மண்மேல் படர்ந்து மண்ணை மேலும் வெப்ப மாகாமல் பாதுகாக்கின்றன. தம்மை உதிர்த்து விட்ட மரத்தின் மேல் கோபப்படாமல் மரத்தைக் காப்பாற்றும் சேவையை வீழ்ந்து செய்கின்றன இலைகள். இதைத் தான் இலையுதிர் காலம் என்றும், அக்காடுகளை இலையுதிர் காடுகள் என்றும் அழைக்கின்றோம்.

“ஆகாறு அளாவிட்டி தாயினும் கேடில்லை
போகாறு அகலாக் கடை,”

என்ற வள்ளுவரின் கூற்றின்படி இருக்கின்ற நீரை வைத்து எப்படி வெற்றிகரமாகக் “குடித்தனம்” நடத்த வேண்டுமென்பதை மனிதர்கள் இம்மரங் களிடம் இருந்து கற்க வேண்டும்.

அதிகப் பனிப்பொழிவு மிக்க வடஅமெரிக்க, வடஐரோப்பிய நாடுகளில் மரங்கள் மேல் நோக்கி விரிந்து நம் ஊர் மரங்கள் போல் வளர்வதில்லை. கூம்பு வடிவில் மேல் நோக்கிக் கூம்பியே வளர் கின்றன. அவற்றை நாம் ஊசி இலை மரங்கள் என்கி றோம். படர்ந்திருக்கும் மரங்களின் மேல் பனி பொழிந்தால் பனியின் எடையில் கிளைகள் முறியும். எனவே, தன் மேல் பொழியும் பனி வழிந்தோட வசதியாக மரம் கூம்பு வடிவிற்குத் தம்மைத் தகவமைத்துக் கொள்கிறது.

நிலமும், காலநிலையும், தட்பவெட்பமுமே வேளாண்மையின் தன்மையைப் பெரிதும் பாதிக்கின்றன. இதைப் புரிந்து கொள்ளாத மனிதன் நிலத்தின் தன்மையை மீறி, காலநிலை இயல்பை மாற்றி தட்பவெட்பத்தைத் தவறாய் புரிந்து ஏதேதோ முயற்சிக்கிறான். தற்காலிகமாக வெற்றி பெறுகிறான். இறுதியில் நிலமும் இயற்கையும் மனிதனை நிரந்தரமாய் வெற்றி கொள்ளும் போது தோற்றுப் போகிற மனிதன், அத் தோல்வியை ஏற்றுக் கொள்ளாமல் தொடர்ந்து தவறிழைக்கிறான்.

உலகம் முழுவதும் சமவெளிப் பகுதிகளிலேயே பெரும்பான்மையான உணவுப் பயிர்கள் விளை விக்கப்படுகின்றன. இந்தியாவின் வடஇந்தியச் சமவெளி மிகச் சிறந்த உதாரணம். மலைப் பகுதி களில் சமவெளிகள் குறைவு. எனவே, உழவு விவசாயம் செய்ய ஏற்றதாக அவை இல்லை. ஆனால், இயற்கையான வனங்கள் தோன்றின. காடுகளும் மரங்களும் இயற்கைப் புதையலாய் உருமாறின. இந்திய மலைச்சரிவு வனங்களில் இந்தியப் பழங்குடிகள் இயற்கையோடு இணைந்த, இயைந்த வாழ்வை வெற்றிகரமாக மேற்கொண்டிருந்தார்கள். தேனெடுத்து, கிழங்கு தோண்டி, பழம் பறித்து, அவர்கள் மேற் கொண்ட குறிஞ்சி நில வாழ்வு இயற்கையைக் காக்கின்ற அரணாக இருந்தது.

முன்னூறு ஆண்டுகால ஆங்கிலேய எதேச்சதி காரம் இந்திய மலைப்பரப்பின் மீது வாழ்ந்த குறிஞ்சி நில மக்களை விரட்டியடித்து புலம் பெயரச் செய்துவிட்டு தங்களுக்குத் தேவை யான காப்பி மற்றும் தேயிலையைப் பயிரிட ஏதுவாக மலைச்சரிவு வனங்களை மொட்டை யடித்தது. மரங்களும், புதர்களும் வழித்தெறியப் பட்டன. செயற்கையாகக் காபிச் செடிகளும், தேயிலைச் செடிகளும் பயிரிடப்பட்டன.

நீர் மோரும், பதநீரும், இளநீரும் குடித்த நாம் டீயும், காபியும் குடித்துக்கொண்டே மேற்குத் தொடர்ச்சி மலைகளின் டீ எஸ்டேட்டுகளை ரசித்துக் கொண்டிருக்கிறோம்.

இந்திய மலைச்சரிவு வனங்களின் மீது வெள்ளை யர்கள் நடத்திய “வேளாண் வன்புணர்ச்சியே” இன்றைய வால்பாறை டீ எஸ்டேட்டுகள்.

6

தீங்கின்றி நாடெல்லாம் திங்கள் மும்மாரி பெய்து...

இயற்கையை வணங்கிய மனிதன் காலப்போக்கில் தமது கருத்துருவாக்கங்களுக்கு உருக்கொடுக்க ஆரம்பித்தான். தமது வழிபடுதலை ஏதோ ஒரு குறியீடுகளின் மீது குவிக்க நினைத்தான். பிராத்தனைகளின் மையக் குவியமாக அவனுக்கு ஏதோ ஒரு புள்ளி தேவைப்பட்டது. விக்கிரகங்கள் பிறந்தன. கடவுள் என்கிற கருத்தாக்கம் இயற்கையை மையப் படுத்தியே பிறந்தது. சூரியனை, சந்திரனை, நெருப்பை, காற்றை அனைத்தையும் பகவான்களாகப் பாவித்தான். அப்படித்தான் மழையை வருண பகவான் என்று உருவகப்படுத்தினான்.

இந்த வழக்கம் இந்தியப் பண்பாட்டு மரபில் மட்டுமல்ல, கிரேக்கம், ரோமானியம், சீனம் என்று தொல் மரபு எங்கெல்லாம் இருந்ததோ அங்கெல்லாம் இயற்கை சார்ந்த கருத்தாக்கங்களுக்கு உருவ வழிபாட்டுமுறை இருந்தது. கல்விக்கு, காதலுக்கு, செல்வத்திற்கு, சினத்திற்கு என்று உணர்ச்சிகளுக்கும் உருவகங்கள் தோன்றின. இதன் நீட்சி கடவுளர்களின் பெயரால் இயற்கையை வணங்குவதும், காப்பதும் ஆகும்.

வான்நின்று உலகம் வழங்கி வருதலால்
தான் அமிழ்தம் என்றுணரற் பாற்று

என்று சொன்ன வள்ளுவன், மழை தவறாது பெய்வதால் இந்த உலகமும், உலகில் உள்ள உயிர்களும் வாழ்ந்து வருகின்றன. அந்த மழை உயிர்களுக்குச் சாவா மருந்து. அதாவது அமிழ்தம் என்று சொல்லத் தக்கது என்று அர்த்தம் சொல்கிறார். உண்பவர்க்கு நல்ல உணவுகளை விளைவித்து, தானும் ஓர் உணவாகவே மாறிவிடுகிறது மழை என்றும் சொல்கிறார். அந்த மழை மட்டும் இல்லாமல் போனால் இவ்வுலகில் தானமும் இல்லை தவமும் இல்லை என்று குன்றேறி அறிவிக்கிறார். வள்ளுவனின் வார்த்தைகள் அத்தனையும் நிஜம்,

அதனால் தான் சிலப்பதிகாரத்தில் இளங்கோவடிகள் 'மாமழை போற்றுதும்' என்று மழையை இறைத் தன்மையாக்கி வணங்குகிறார். அறிவார்ந்த மக்கள் மட்டுமல்ல, மன்னர் முதல் பொதுஜனம் வரை மழையை மதிக்கிற, வணங்குகிற, குறைந்தபட்சம் குசலம் விசாரிக்கின்ற பண்பு நமது பண்பாட்டு மரபில் ஒரு காலத்தில் இருந்தது.

மன்னர் காலத்தில் ஒரு மன்னரின் அன்றாட அரசவை நிகழ்வே இப்படித்தான் துவங்கி யிருக்கிறது. "மந்திரியாரே, மாதம் மும்மாரி மழை பொழிகிறதா?" அதே மன்னர், அதே மந்திரி, அதே அந்தப் புரத்திலிருந்து அதே அரசவை வரும் அதே இராஜபாட்டை அதே அடிப்பொடிகள். அதே வாயிற் காப்போன், அதே கவரி வீசும் பெண்கள், இருந்தாலும் தினமும் தொடர்ந்தது அதே விசாரிப்பு. மேலோட்டமாகப் பார்த்தால் இது அர்த்தமற்றதாகத் தோன்றும். மழை பெய்வதை யாரும் மன்னருக்குத் தெரியாமல் மறைத்து வைத்துவிட முடியாது.

"சோ"வென்று பெய்தாலும், சொல்லி வைத்துப் பெய்தாலும் அரண்மனையோ, அந்தப்புரமோ மன்னர் எங்கிருந்தாலும் மழை பெய்கிறது என்று மன்னருக்குத் தெரியாமலா போய்விடும். மழை பெய்கிறதென்று மன்னருக்கும் புரியாமலேயே போய்விட அதென்ன மக்கள் சிந்தும் கண்ணீரா? இல்லையே. இருந்தாலும் தினந்தோறும் மன்னாதி மன்னர் அரண்மனைக்குள் நுழைந்த மந்திரியைப் பார்த்து, "மந்திரியாரே! மாதம் மும்மாரி மழை பொழிகிறதா?" என்பது வெறும் கேள்வியல்ல. மழையைப் பற்றிய விசாரிப்பு, அக்கறை, கரிசனம்.

இயற்கையில் பிரபஞ்சத்தில் இருக்கின்ற ஒவ்வொரு துகளுக்கும் ஒரு இயல்பான அதிர்வெண் உண்டு என்கிறது இயற்பியல். "ஒரே சிந்தனையோடு பல பேர் ஒரே விஷயத்தைப் பற்றி பேசப் பேச இயற்கையில் பரவியுள்ள அவ்வியத்தோடு தொடர்புடைய துகள்கள் பேசப்படும் பேச்சின் அதிர்வெண்ணோடு ஒத்ததிர ஆரம்பிக்கிறது" பலரின் பேச்சென்னும் திணிப்பதிர்வும், வளி மண்டலத்திலுள்ள நீர் மூலக்கூறுகளின் இயல் பதிர்வும் ஒன்றாக அமையும் பட்சத்தில் மழையாய் பொழிய ஆரம்பிக்கிறது.

பலர் கூடிநின்று ஒரே வார்த்தையை ஒரே லயத்தில் தொடர்ந்து உச்சரிக்கும்போது அந்த கூட்டு வார்த்தை சில விளைவுகளை ஏற்படுத்துகிறது. இதைத்தான் கூட்டுப் பிரார்த்தனைகள் செய்கின்றன. இயற்கையில் கூட்டுப் பிரார்த்தனை என்பது ஒரு கரிசனம், ஒரு அக்கறை.

உண்மையில் மந்திரங்களுக்கு மகிமை இல்லை மந்திர ஒலிகளுக்குள்தான் சூட்சுமம் இருக்கிறது. அந்த ஒலிக் குறிப்புகள் ஏற்படுத்துகிற விளைவுகள் தான் மனிதனை மந்திரங்களுக்குக் கட்டுப்பட வைக்கிறது. அதைப் போலவே அன்று மழையைப் பற்றிய விசாரணை, அக்கறை எல்லோரிடமும் இருந்தது.

இராஜாதி ராஜா, இராஜ கம்பீர, இராஜ குலோத்துங்க, இராஜபராக்கிரம இராஜாவே நம்மை விசாரிக்கிறார். அதுவும் தலைமை அமைச்சரிடம் விசாரிக்கிறார் என்றதும் மழைத்துளிகள் மகிழ்ந்தன. மனமிரங்கின, தரையிறங்கின. பிற்பாடு மன்னர்கள் ஒழிந்தார்கள். மக்களாட்சி மலர்ந்தது. தந்தைகள் மகன்களுக்குக் கடிதம் எழுதினார்கள். "அன்பு மகனே, நாங்கள்

நலம்? நீ அங்கு நலமா? இங்கு நல்ல மழை பெய்திருக்கிறது. அங்கு மழை கிழை உண்டா?" கடிதம் படித்த மகன்கள் எழுதினார்கள்: "அப்பா, நான் நலம். இங்கும் மழை பரவாயில்லை. இருந்தாலும் இன்னுமொரு மழை பெய்தால் நன்றாக இருக்கும்" விசாரிப்புகள், அக்கறைகள், தந்தை களுக்கும் மகன்களுக்கும், அம்மாக்களுக்கும், பிள்ளைகளுக்கும் இடையே பேசுவதற்கு எவ்வளவோ விஷயங்கள் இருந்தும் மழையே முதலிடம் பிடித்தது.

ஆகா, கடிதங்களில் கூட நம்மையே விசாரிக் கிறார்கள் என்றவுடன் மழைத் துளிகள் மகிழ்ந்தன. மனமிரங்கின, தரையிறங்கின. இன்றைக்கு அந்த வேலையை நுங்கம்பாக்கம் வானிலை மையங் களும், இரமணன்களும் எடுத்துக்கொண்டார்கள். கொஞ்சம் காற்றடித்து மேகம் கருத்தால் போதும்.

நீட்டப்படுகிற தொலைக்காட்சி மைக்குகளுக்கு முன்னமர்ந்து, "வானம் ஆங்காங்கே மேகமூட்டத் துடன் காணப்படும். லேசானது முதல் மிதமானது வரை மழை பெய்யக்கூடும். காற்று மேற்கிலிருந்து கிழக்காக நகரக்கூடும். எனவே, மீனவர்கள் கடலுக் குச் செல்ல வேண்டாம். மாணவர்கள் ஸ்கூலுக்குச் செல்ல வேண்டாம்" என்று பயங்காட்டத் தொடங்கி, நம்மை வாழ வைக்க வரும் ஏற்பாடு மழை என்பதை மறக்கடித்து மழையை நமக்கு எதிரி யாக்குகிற பிரச்சாரங்கள் தொடங்கி விடுகின்றன. இது எதிர்மறை அதிர்வு. இந்த ஆர்ப்பாட்டம் மழைக்கு எதிரான சிந்தன. ஐயோ, ஐயோ! போச்சு, போச்சு! என்கிற ஓலம். இதையும் பார்க்கின்றன மழைத் துளிகள். மகிழ்வதில்லை, மனமிரங்கு வதில்லை, தரை இறங்குவதுமில்லை!! வந்து மழை ஒதுங்கிச் செல்கிறது அல்லது அதிரடியாய் பெய்கிறது.

பூமியிலிருந்து எடுத்துக்கொண்ட நீரை பூமிக்கே திருப்பித் தருகிற நாணயமான கடன்காரன் மேகம், சில சமயம் வாய்தா கேட்கிறான். சிலசமயம் வட்டியோடு தந்து அசர வைக்கிறான். எப்படியோ, வாங்கிய அன்றே கடனைத் திருப்பித் தந்து ஆண்டுக்கணக்கை முடித்து வைக்கவே மேகம் ஆசைப்படுகிற. அதை வரவேற்று உபசரிக்கத்தான் வக்கற்றவர்களாக மனிதர்கள் மாறிப் போனார்கள். மனிதன் ஒரு விசித்திரப் பிராணி. இவன் நினைத் தால் வெயிலடிக்க வேண்டும், இவன் நினைத்தால் நினைக்கும் போது, நினைக்கும் மட்டும் மழை பெய்ய வேண்டும் என்கிறான். அப்படிப் பெய்ய மேகம் ஒன்றும் நம் வீட்டுப் பாத்ரூம் ஷவர் அல்ல. இயற்கை யின் ஏற்பாடு. வெயில் அடித்தால் "சனியது பிடிச்ச வெயிலு" என்கிறான். மழை பெய்தால் "பேய் மழை" என்கிறான். தன்னை மட்டும் "தி கிரேட்" மனிதன் என்று திமிரோடு நினைக்கின்றான். மழையில் நனைந்தும் வெயில் காய்ந்தும் வாழ்வதுதான் மனித வாழ்வு. குடை களும், குளிரூட்டிகளும் இயற்கைக்கு எதிராய் மனிதன் விட்ட மானுடச் சவால்,

மார்கழிக் குளிர் மனிதனுக்கு இயற்கை அனும்பும் நோட்டீஸ், அடுத்து வசந்த காலம் வரப்போகிறது, மனிதா அதை அனுபவிக்கத் தயாராகு. இதுவே அந்த குளிர் நோட்டீஸ் சொல்லும் செய்தி. மனிதன் ஸ்வெட்டர் என்கிற பதில் நோட்டீஸைத் தயார் செய்தான். ஆனால் ஆண்டாள் கடைசி வரை ஸ்வெட்டர் அணியவே இல்லை. அதிகாலையில் குளித்துவிட்டு எல்லோரையும் குளிரில் நடக்க அழைத்தாள். வெயிலை முதுகில் சுமந்த ஆயர் குலத் தோழிகளே இதோ குளிரையும் கொஞ்சி அனு பவியுங்கள். குளிர் தெரியாமல் இருக்க ஒரு மந்திரச் சொல்லைச் சொல்லித் தருகிறேன். அதன் பெயர் திருப்பாவை என்றாள்.

"ஓங்கி உலகளந்த உத்தமன் பேர்பாடி
நாங்கள் நம் பாவைக்குச் சாற்று நீராடினால்
தீங்கின்றி நாடெல்லாம் திங்கள் மும்மாரி பெய்து
ஓங்கு பெறும்செந் நெல்ஊடு கயலுகளப்
பூங்குவளைப் போதில் பொறி வண்டு கண்படுப்பத்
தேங்காதே புக்கிருந்து சீர்த்த முலைபற்றி
வாங்கக் குடம் நிறைக்கும்
வள்ளல் பெரும் பசுக்கள்
நீங்காத செல்வம் நிறைந்தேலோர் எம்பாவாய்"

ஆண்டாள் காலத்தில் மழை பெய்தது. மாதம் மூன்று முறை பெய்தது. ஆண்டாள் காலத்தில் மழை பெய்தது நாளெல்லாம் பெய்தது. ஆண்டாள் காலத்தில் மழை பெய்தது தீங்கின்றிப் பெய்தது. ஆண்டாள் காலத்தில் மழை எல்லோராலும் கரிசனத்தோடு விசாரிக்கப்பட்டது

7

“ஐயா, எங்கெணத்தக் காணலையா....”

உயிர் வாழ்க்கையின் ஆதாரமாக இருப்பதே நீர் தான். நீரின்றி அமையா யாக்கைக்கு எல்லாம் உண்டி கொடுத்தோர் உயிர் கொடுத்தோரே என்பதுதான் பொதுவியல் திணை பாடிய குடவுலவியனாரின் கூற்று. நீரின்றி அமையாது உலகு என்று சொன்ன வள்ளுவனை விட ஒருபடி மேலே சென்ற கூற்று குடவுலவியனாரின் வாய்ச்சொல். உலகம் மட்டுமல்ல. இந்த உடலே நீரின்றி அமையாது என்பது நவீன மருத்துவமும் ஏற்றுக் கொண்ட உண்மை. பூமியில் மூன்றில் இரண்டு பங்கு நீர் இருப்பதைப் போலவே மனித உடம்பின் மொத்த எடையிலும் 66% நீரின் எடையே மிகுந்துள்ளது. யாக்கை என்பது உடல். எனவே, இந்த உடலே நீரின்றி அமையாது.

இன்றைய நவீன அறிவியல் எல்லாவற்றையும் தலைகீழாய் புரட்டிப் போட ஆசைப்படுகிறது. சின்ன வகுப்புகளில் குழந்தைகளுக்குச் சொல்லித் தரப்படும் பால பாடம் ஒன்று உண்டு. அது விதை முளைப்பதைப் பற்றியது. ஒரு விதை முளைத்துச் செடியாவதற்கு என்ன தேவை? என்று அப்பாடம் சொல்லித் தருகிறது. மண், நீர், காற்று, சூரிய ஒளி ஆகியவை தேவை என்று பள்ளிக் கூடங்கள் சொல்லிக் கொடுத்தாலும் அனைத்து அடிப்படை இயங்கியலையும் அசைத்துப் பார்க்கும் அரும்பணியை அறிவியல் செய்து கொண்டே இருக்கிறது. அதில் ஒன்றுதான் மண் இல்லா விவசாயம். மண் இன்றியே பயிர்களை உற்பத்தி செய்ய இயலும் என்று நவீன விஞ்ஞானம் கண்டறிந்திருக்கிறது. அதன் பெயர் “ஹைட்ரோபோனிக்ஸ்” ஆனால் மண் இல்லா வேளாண்மை கண்டறிந்த விஞ்ஞானத்தால் நீர் இல்லா வேளாண்மையை இதுவரை கண்டறிய இயலவில்லை. நீர் தவிர்க்க முடியாத காரணி என்பது உண்மையாகிக் கொண்டே இருக்கிறது

இப்படி மனித வாழ்வினூடாகப் பிணைந்திருந்த நீர் இப்பூமியிலிருந்து அள்ளக் அள்ளக் குறையாத அமிர்தம் என்ற எண்ணம் நம்மிடம் இருந்தது. உலகிலுள்ள மொத்த நீரின் அளவு மாறாமல் உள்ளது. ஆனால் அது எந்த அளவு பயன்பாட்டுக்கு உகந்ததாக உள்ளது என்பதுதான் மில்லியன் டாலர் கேள்வியாக உள்ளது.

ஏனைய பொருட்களைப் போல நீரை மூலப் பொருட்களைக் கொண்டு தொழிற்சாலைகளில் உற்பத்தி செய்ய இயலாது.

“ஆழியுள் புக்கு முகர்ந்து கொடார்த்தேறி” என்று திருப்பாவையில் ஆண்டாள் சொன்னது போல கடல்நீர் சூரிய ஒளியினால், வெப்பத்தினால் ஆவியாக மேலே சென்று மேகமாகக் குளிர்ந்து பின்னர் மழையாகப் பொழிந்து மீண்டும் பூமியை அடைகிறது. இதை நீர்ச் சுழற்சி என்கிறோம்.

நாம் வாழும் நிலப்பரப்பில் 71 சதவீதம் நீரால் சூழப்பட்டுள்ளது. இதில் 96.5 சதவீதம் உப்பு நீராகக் கடலில் கிடக்கிறது. 1.7 சதவீதம் பனிக்கட்டியாக உறைந்துள்ளது. 1.7 சதவீதம் நிலத்தடியில் உள்ளது. 0.001 சதவீதம் காற்றில் நீராவியாக உள்ளது.

பூமியில் உள்ள நன்னீரின் அளவு வெறும் 2.5% மட்டுமே. அதிலும் 0.3% மட்டுமே ஆறுகளிலும், குளங்களிலும், ஏரிகளிலும் உள்ளது. நன்னீரின் பெரும்பகுதி பூமிக்கடியில் தான் மறைந்திருக்கிறது. பூமியின் மேலே கிடைக்கும் இந்த குறைந்த அளவு நீரைத்தான் குடிப்பதற்கும், விவசாயத்திற்கும் மனிதன் பயன்படுத்த வேண்டியுள்ளது. தண்ணீரின் தேவை நாளுக்கு நாள் அதிகரித்துக்கொண்டே வருகிறது. மற்றொரு புறம் உலக மக்கள் தொகை மிதமிஞ்சிய அளவைத் தாண்டியுள்ளது. இன்னும் பத்து ஆண்டுகளில் இந்தியாவின் மக்கள் தொகையில் 25 கோடி பேர் புதிதாகச் சேருவர்.

எனவே, நன்னீருக்கான தேவை அதிகரித்துக் கொண்டே செல்லும். அதே வேளையில், கையிருப்புக் குறைந்துகொண்டே போகும் நிலை ஏற்பட்டுள்ளது. எந்தெந்த வகையில் எல்லாம் நீரை உறிஞ்ச இயலுமோ அந்த வகையில் எல்லாம் நீர் போட்டி போட்டுக் கொண்டு உறிஞ்சப்பட்டு வருகிறது.

நீருக்கான போர் ஏற்படும் சாத்தியமுள்ள பகுதி களாக உலகின் ஐந்து முக்கியப் பகுதிகள் கணிக்கப் பட்டுள்ளன. அவை ஏரல் கடல் பகுதி, கங்கை, ஜோர்டான், நைல் மற்றும் யூப்ரடிஸ் டைகரிஸ் ஆகியவையாகும். இவையெல்லாம் நீர் வளம் மிக்க பகுதிகள் என்பதுதான் மிகப் பெரிய முரண் சுவை.

இப்பகுதிகளில் மக்கள் தொகை 2025 ஆம் ஆண்டிற்குள் 45% முதல் 75% வரை அதிகரிக்கும் எனக் கணக்கிடப்பட்டுள்ளது. ஆம்ஸ்டர்டாமைச் சார்ந்த அல்லெர்டு ஸ்டிக்கர் என்ற சமூகவியலார், “உலக மக்கள் தொகை ஆண்டொன்றுக்கு 85 மில்லியன் அதிகரிக்கிறது” என்று வரையறுக்கிறார்.

உலகெங்கும் நீர் வணிகம் இன்று தங்க வணிகம் போல் மிகுந்த லாபத்தோடு நடந்து கொண்டிருக் கிறது. விவசாயிகளின் நிலத்திலுள்ள கிணறுகள், வீடுகளில் உள்ள கிணறுகள் என எல்லாவற்றையுமே தொழில் - வணிக நிறுவனங்கள் தங்கள் கட்டுப் பாட்டுக்குள் கொண்டு வந்திருக்கின்றன. கிணற்று உரிமையாளருக்கு 1000 லிட்டர் நீருக்கு அளிக்கும் தொகை வெறும் 3 ரூபாய் 30 பைசா மட்டுமே. அவை நீர் வணிக நிறுவனங்களுக்கு 1000 லிட்டருக்கு 33 ரூபாய் என பத்து மடங்கு அதிகரித்து விற்கப்படுகிறது. நீர் வணிகத் தொழில் நிறுவனங்கள் அதைச் சுத்திகரிக்கிறோம் என்று சொல்லி ஏதேதோ மாயம் செய்து 1000 லிட்டரை 20,000 ரூபாய் வரை விற்கிறார்கள். 250 மில்லி நீர் பிளாஸ்டிக் பையில் அடைக்கப்பட்டு 5 ரூபாய்க்கு விற்கப்படுகிறது. கடந்த பத்தாண்டுகளில் பாட்டில் களில் நீர் அடைத்து விற்பனை செய்ததில் 10,000 கோடி ரூபாய் வணிகச் சந்தையில் புழக்கத்தில் உள்ளது. இதை எம்.ஐ.டி.எஸ். நிறுவனம் ஆதாரத்தோடு வெளியிட்டுள்ளது.

இந்த நீர் மோசடி ஒருபுறம், இவர்களால் வெளி யேற்றப்படும் பிளாஸ்டிக் பாட்டில், மற்றும் பிளாஸ்டிக் உறைகளால் நில மாசுபாடு மறுபுறம் என சாதாரண மக்களின் வாழ்க்கை வணிக - சுகாதார- சுற்றுச் சூழல் வஞ்சகத்தால் கேள்விக் குறியாகிக் கொண்டிருக்கிறது.

இன்று “கிணறுகள்” என்பவை அரிதினும் அரி தாகிக் கொண்டே போகின்றன. இருந்த கிணறுகள் மூடப்பட்டு அங்கு இரண்டு 2 பெட்ரூம் ஹால் சமை யலறை அடுக்குமனை கட்டப்படுவதும், இருக்கும் கிணறுகள் நீர் வணிக முதலைகளால் ஆக்கிர மிக்கப்படுவதும் தொடரும் பட்சத்தில் ஒவ்வொரு

குடி மகனும் வடிவேலுவாய் மாறி "ஐயா எங்கிணத் தைக் காணலையா.... இங்க தான இருந்திச்சி... ஐயோ காணலையே...." என்று உண்மையாகவே கதறும் நாள் விரைவில் வரும்.

மானுடவியலின் வரலாறு நீரை அடிப்படையாகக் கொண்டே வளர்ந்து வந்துள்ளது. மனிதனின் நாகரீக வளர்ச்சி மட்டுமல்ல, பண்பாடும், நம்பிக்கையும் நீரை அடிப்படையாகக் கொண்டே அமைந்திருந்தன. இனுயிட் மற்றும் மெசபடோமிய சமூகங்கள் நீருக்கு மிகுந்த முக்கியத்துவம் அளித்தன. நீர்க் கடவுள் என "நுலியாயுக்" என்ற கடவுளைக் கொண்டாடின. இந்தியப் பண்பாட்டு மரபு கங்கை முதல் காவிரி வரையிலான ஆறுகளையும், சீன நாகரீகம் மஞ்சலாற்றையும் புனிதமாகக் கருதிப் போற்றி வளர்ந்தவை. எகிப்தியர்கள் நைல் நதியை முழுமையாக நம்பியிருந்தார்கள்.

நவீன ஐரோப்பியப் பெருநகரங்களான லண்டன், பாரீஸ் ஆகியவையும், அமெரிக்காவின் நியூயார்க், சிகாகோ போன்றவையும் ஆசியக் கண்டத்தின் ஷாங்காய், டோக்கியோ, ஹாங்காங், சிங்கப்பூர் ஆகிய நகரங்களும், தாங்கள் பெற்ற அரசியல், அறிவியல் மற்றும் வணிக வெற்றிகளுக்குப் பின் அந்நகரங்களை அரவணைத்து ஓடும் நதிகளே முக்கியக் காரணிகளாய் இன்றளவும் இருக்கின்றன. நாகரீகத்தின் தொட்டிலாக அன்று இருந்த நதிகள் இன்று வணிகத்தின் ராஜபாதையாக இருப்பது தான் நீரின் முக்கியத்துவத்தை உலகிற்கு உணர்த்தும் உன்னத சாட்சிகளாகும்.

உலகின் அனைத்து மதங்களும் நீரைத் தீர்த்தமாகவும், புனிதப்படுத்தும் பொருளாகவும் பாவிக்கின்றன. ஐம்பெரும் பூதங்களில் ஒன்றாக நீரைக் கருதுகிறது இந்து மதம். ஞானஸ்நானம் பெறுவதற்காக தீட்சைப் பொருளாக நீரைப் பாவிக்கிற கிறித்தவம், "பூமியானது நீரிலிருந்து நீரினால் உருவாக்கப்பட்டுள்ளது" என்கிறது. தினசரி ஐந்து தொழுகைகளின் போதும் உடலின் பல பாகங்களை நீரினால் சுத்தமிடச் சொல்லும் இசுலாம், நீரானது வாழ்க்கையைக் கொடுப்பதோடு மட்டுமன்றி ஒவ்வொரு உயிரும் நீராலேயே ஆக்கப்பட்டிருப்பதாக நம்புகிறது.

பண்டைய கிரேக்கம் நீர், நெருப்பு, பூமி, காற்று ஆகிய நான்கும் பிரபஞ்சத்தின் அடிப்படைக் கூறுகள் என்கிறது. சீன தத்துவம் நீர், பூமி, நெருப்பு, மரம், உலோகம் ஆகிய ஐந்தும் பிரபஞ்சத்தின் அடிப்படைக் கூறுகள் என்கிறது. அனைத்து நாகரீகங்களிலும் பிற கூறுகளில் மாற்றமிருந்தாலும் அனைத்திலுமே நீர் பிரதானக் கூறாக இருக்கிறது.

8
"கடல்மேல் பிறக்க வைத்தான்..."

தண்ணீர். இந்த ஒற்றைச் சொல்லில் தான் உலகம் உருவாகி இருக்கிறது. தண்ணீர்... தண்ணீர்... இந்த இரட்டைச் சொல்லில்தான் தாகம் கொண்ட மனித இனம் தத்தளித்துக் கிடக்கிறது. தண்ணீர்... தண்ணீர்... தண்ணீர்... இந்த முச்சொல்லில் தான் இந்திய அரசியலில் மாநிலங்களுக்கு இடையேயான உறவு மானபங்கப்படுகிறது.

தண்ணீரின் வேதியியல் சூத்திரம் H_2O. இரண்டு சிறிய ஹைட்ரஜன் அணுக்கள் ஒரு பெரிய ஆக்சிஜன் அணுவோடு பிணைந்திருப்பது. இரண்டு ஹைட்ரஜன் அணுக்களும் ஒற்றை ஆக்சிஜன் அணுவோடு 104 டிகிரி கோணத்தில் வலுவாகவே பிணைந்திருக்கிறது. அதேசமயம் ஒரு நீர் மூலக் கூறும் மற்றொரு நீர் மூலக்கூறும் சாதாரணமாகவே பிணைந்திருக்கிறது. ராபர்ட் குன்ஜிக் என்ற அறிவியலாளரின் கூற்றுப்படி "நான்கு பேர் சேர்ந்து ஆடும் நடனத்தில் ஜோடிகள் மட்டும் தொடர்ந்து மாறிக்கொண்டே இருப்பதைப் போல... நிர் மூலக் கூறுகள் தொடர்ந்து தங்கள் பிணைப்பை மாற்றி அணுக்களின் ஜோடியை மாற்றிக் கொண்டே இருக்கின்றன.

ஒரு குவளையில் நிரம்பியிருக்கும் நீர் ஜடப்பொருள் போல் தோன்றலாம். ஆனால் அதனுள் கோடிக் கணக்கான முறை மூலக்கூறுகள் தங்கள் ஜோடியை மாற்றி மாற்றி நடனமாடிக் கொண்டே இருக்கின்றன. இதன் காரணமாகத்தான் துளித் துளியாய் நீர் சேர்ந்து குட்டைகளும், குளங்களும், ஏரிகளும் ஏன் கடல்களும் உருவாகின்றன.

டை ஹைட்ரஜன் ஆக்ஸைட் என்ற ஒரு பொருள் இவ்வுலகில் இருக்கிறது. அது நிறமும், சுவையும், மணமும் அற்றது. பல நேரங்களில் அது நன்மை பயப்பது. சில நேரங்களில் அது தீமை பயப்பது. அது நினைத்தால் மனிதர்களைக் காயப்படுத்த முடியும், உருள வைக்க முடியும். ஏன் உறைய வைக்கவும் முடியும். சில குறிப்பிட்ட கரிமச் சேர்மங்கள் டை ஹைட்ரஜன் ஆக்ஸைடோடு சேரும்போது கார்போனிக் அமிலங்களாக மாறி மரங்களின் இலைகளை உதிர வைக்கிறது. இலை களை அரித்து அதிர வைக்கிறது. அது சீற்றத்துடன் தாக்கும்போது மனிதர்கள் உருவாக்கிய, கட்டி எழுப்பிய சாம்ராஜ்யங்கள் அனைத்தும் சரிந்து போகிறது. அதைத்தான் நாம் சுருக்கமாக "நீர்" என்று அழைக்கிறோம்.

நீர் இல்லாத இடமே இல்லை. ஒரு கத்திரிக்காயில் 75%, ஒரு பாக்டீரியாவில் 76%, ஒரு ஆட்டுக் குட்டியில் 72%, தக்காளியில் 95%, மனித உடலில் 65% தண்ணீரால் நிரம்பியது. நீர் இல்லா நிலை ஒருநாள் ஏற்படுமாயின் மனிதஉடல் விரைவில் பிய்ந்து உடைந்துவிடும். சில நாள்களில் உதடுகள் காணாமல் போய்விடும். ஈறுகள் கறுத்துவிடும். விரல் கள் சுருங்கிவிடும். விழிப்பற்ற நிலைக்கு கண்கள் போகும். மரணம் நிகழும்.

இந்த உலகப் பரப்பே கடல் நீரால் சூழப்பட்டுள்ளது. மூன்றில் இரண்டு பங்கு கடல் நீரும், மூன்றில் ஒரு பங்கு மட்டுமே நிலமும் நம்மிடத்தில் உள்ளது. தண்ணீர் பரவியுள்ள பகுதியை மொத்தமாய் நீர் மண்டலம் என்றழைக்கிறோம். பூமியில் உள்ள தண்ணீரில் 97% கடல்களில் கலந்துள்ளது. குறிப்பாக பசிபிக் பெருங்கடலே பெரும்பகுதி தண்ணீரைத் தன்னகத்தே கொண்டுள்ளது. அதாவது மொத்த நீரின் அளவில் பாதிக்கும் மேலே, அதாவது 51.6% தண்ணீர் பசிபிக் பெருங்கடலில் உள்ளது. அட் லாண்டிக் கடல் 23.6% இந்தியப் பெருங்கடல் 21.2% மீதமுள்ள குட்டிக் கடல்கள் மொத்தமாய் சேர்ந்து 3.6% நீரைக் கொண்டுள்ளன.

ஒவ்வொரு கடலும் ஒவ்வொரு ஆழத்தைக் கொண்டிருந்தாலும் சராசரியாகக் கடலின் ஆழம் 3.87 கிலோமீட்டர் மற்ற கடல்களை விட பசிபிக் கடலின் ஆழம் சராசரியாக கால் கிலோமீட்டர் அதிகமாகவே உள்ளது. 60% கடல் பரப்புகள் ஒன்றரைக் கிலோமீட்டர் ஆழத்தையே சராசரி யாகக் கொண்டுள்ளன. பிலிப் பால் என்ற ஆய் வாளர் சொன்னபடி நமது உயிர்க் கோளத்தை பூமி என்று சொல்வதை விட நீர் என்றே சொல்லலாம்.

பூமியில் உள்ள 3% நல்ல தண்ணீரில் பெரும்பகுதி பனிபாளங்களாகவே உள்ளது. மிக மிகச் சிறிய அளவான 0.036% ஏரிகளிலும், ஆறுகளிலும், அணைகளிலும் உள்ளது. 0.001% மேகங்களிலும், ஆவியாவும் உள்ளத. பனிப்பாளங்களை இருப்பவற்றிலும் பெரும்பகுதி, அதாவது 90% தென் துருவமான அண்டார்டிக்காவில் உள்ளது. தென் துருவத்தில் உள்ள பனிக்கட்டிகள் மூன்று கிலோமீட்டர் தடிமன் கொண்டவை. ஆனால் வட துருவமான ஆர்டிக் பகுதியில் பதினைந்து அடி கனம் கொண்ட பனிப்பாளங்கள் உள்ளன. தென் துருவ பனிக்கட்டிகள் மொத்தமாய் உருகினால் ஒரே நாளில் கடல் மட்டம் இருநூறு அடிகள் வரை உயர்ந்து விடும். பிறகென்ன எல்லோரும் ஜல சமாதிதான். ஆனால் வானத்தில் உள்ள மொத்த மேகமும் மழையாய் பொழிந்தால் கூட கடல் மட்டம் வெறும் இரண்டு சென்டிமீட்டர் மட்டுமே உயரும்.

இவ்வளவு கடல் நீர் நம்மை விழுங்கக் காத் திருந்தாலும் நாம் கடல் நீரை விழுங்குவதில்லை. காரணம் அதில் உள்ள உப்பு. உப்பு நமக்குத் தேவை

தான். நமது உடலின் வளர்சிதை மாற்றத்திற்கு உப்பு அவசியமே. ஆனால் நமக்குத் தேவையான உப்பை விட கடல் நீரில் எழுபது மடங்கு உப்பு உள்ளது.

இன்னும் குறிப்பாக, ஒரு லிட்டர் கடல் நீரில் இரண்டரை தேக்கரண்டி உப்பு மட்டுமே நாம் உணவில் சேர்க்கின்ற சோடியம் குளோரைடு உப்பு வகையைச் சேர்ந்தது. மீதம் உள்ளவை பிற தனிமங்களும், கலவைகளும், கரைந்துள்ள திடப் பொருள்களும் ஆகும். மனித உடம்பிலும் அவ்வகை உப்புக்கள் உண்டெனினும் நாம் கடல் நீரைக் குடித்துவிட முடி யாது. இன்னும் சொல்லப் போனால் நாம் உப்பையே வியர்வையென வெளியேற்றுகிறோம். உப்பையே கண்ணீராய் உகுக்கிறோம். ஆனால் அவற்றை நாம் குடித்துவிட முடியாது.

ஒருவேளை நாம் கடல் நீரை அளவுக்கதிகமாய் அருந்தி விட்டோம் என்றே வைத்துக் கொள்வோம். உடனே நம் செல்களின் வளர்சிதை மாற்றம் நெருக்கடிக்கு உள்ளாகும். உடம்பில் அளவுக்கு அதிகமாய் சேர்ந்து விட்ட உப்பைக் கரைக்க அனைத்து செல்களிலும் சேர்த்து வைக்கப்பட்ட நீர் அளவுக்கு அதிகமாய் வெளியேறி உப்பைக் கரைக்கத் துவங்கும். எனவே, செல்கள் தங்கள் இயல்பான வழக்கமான பணியைச் செய்யத் தேவைப்படும் தண்ணீர் இன்றித் தத்தளிக்க ஆரம்பிக்கும். நீரகற்றம் செய்யப்பட்ட செல்கள் செயலிழக்க ஆரம்பிக்கும். உணர்விழப்பும், மூளைப் பாதிப்புகளும் உருவாகும். அளவுக்கு அதிகமாய் "ஓவர்டைம்" வேலை செய்யும் இரத்தச் செல்கள் சிறுநீரகங்களுக்கு உப்பைப் கொண்டு சேர்த்து கிட்னியைச் செயலிழக்கச் செய்யும் கிட்னியின் வேலை நிறுத்தம் மனிதனின் உயிரைக் குடிக்கும். அதனால் தான் நாம் கடல் நீரை அருந்துவதில்லை. உப்பற்ற நன்னீருக்காகப் போராடுகிறோம்.

"ஆற்றுப் பெருக்கற்று அடி சுடும் அந்நாளும்
ஊற்றுப் பெருக்கால் உலகூட்டும்"

என்று ஔவையார் அழகாகச் சொன்னார். இன்று ஆற்றுப் பெருக்கில்லை. ஊற்றுப் பெருக்கில்லை. வெற்றுச் சடங்காய் ஆடிப்பெருக்கு மட்டுமே ஆண்டுக்கு ஒருமுறை வந்து போகிறது.

தண்ணீர் கேட்ட ஒரு மொழியானை இன்னொரு மொழியான் உதைக்கிறான். கடல்மேல் பயணிக்கும் ஒரு இனத்தானை இன்னொரு இனத்தான் கொல்கிறான். உதைப்பவனும், கொல்பவனும் வேறு வேறு. உதைபடுபவனும், செத்துப் போகிறவனும் ஒரே ஆள் என்பது ஆண்டாண்டாய் தொடர்கிறது.

ஆற்றுப் பரப்பிலும் அதிகாரமில்லை, கடல் பரப்பிலும் உரிமையில்லை என வல்லாதிக்கப் போக்கு வளர்ந்துகொண்டே போகிறது. ஆதியில் அதிகார அரசியல் பெண்ணை மையப்படுத்திக் கட்டமைக்கப்பட்டது. பிறகு நிலத்தை மையம் கொண்டு அதிகார அரசியல் நகர்ந்து சென்ற நூற்றாண்டில் நிலத்தின் அடியில் உள்ள எரி பொருளை மையப்படுத்தி அதிகார அரசியல் நகர்ந்தது. இனி வரும் காலங்களில் நிலத்தில் மேலுள்ள நீரை மையம் கொண்டே அதிகாரம் எழும், விழும். நீர் வளமிருப்பவன் வல்லவனாவான். மற்றவன் தொழுதுண்டு பின் செல்வான்.

அப்போதும் ஒரு இனம் மட்டும் "கடல் மேல் பிறக்க வைத்தான், எங்களைக் கண்ணீரில் மிதக்க விட்டான்" என்றே புலம்பித் திரியும்.

9 "பாசக்கார பய புள்ள"

காற்றுக்கு காது நிலை
சிவனுடைய காதிலே காற்று நிற்கிறான்
காற்றில்லாவிட்டால் சிவனுக்குக் காது கேட்காது
காற்றுக்குக் காதில்லை. அவன் செவிடன்
காதுடையவன் இப்படி இரைச்சலிடுவானா?

காதுடையவன் மேகங்களை ஒன்றோடொன்று
மோதவிட்டு இடியிடிக்கச் சொல்லி
வேடிக்கைப் பார்ப்பானா?
காதுடையவன் கடலைக் கலக்கி
விளையாடுவானா?
காற்றை, ஒலியை, வலிமையை வணங்குகின்றோம்.

பாரதியின் பிற கவிதைகளை பேசும் அளவிற்கு நாம் அவனது வசன கவிதைகளைப் பேசுவதில்லை. அவனது வசன கவிதைகள் இயற்கை யைப் பேசுகின்றன. சூரியனை, காற்றை, நீரை, நெருப்பை, ஆகாயத்தை, ஆராய்ந்து பேசுகின்றன. அப்படிக் காற்றைச் சிலாகித்துப் பேசும் பாரதி அதை ஒலி என்கின்றான். அதை வலிமை என்கின் றான்.

காற்றில்லாவிட்டால் சிவனுக்கு மட்டுமல்ல. எவனுக்கும் காது கேட்காது. எல்லோருமே செவிடர் களாகி விடுவோம். பாரதி காற்றையே செவிடன் என்கிறான். காற்றையே வலிமை என்கிறான்.

நாம் சுவாசிக்கும் காற்றை உயிர்க்காற்று, உயிர் மூச்சு என்கிறோம். உடல் மண்ணுக்கு உயிர் தமிழுக்கு இதை உரத்துச் சொல்வோம் உலகுக்கு என்றெல் லாம் எழுப்பப்பட்ட கோஷங்கள்தான் ஒரு காலத் தில் தமிழ்நாட்டு அரசியலைக் கட்டமைத்தது. உயிர் என்பதே காற்று தான்.

உறைவிடம் இல்லாமல் பல ஆண்டுகள் வாழ்ந்து விடலாம். உணவில்லாமல் பல மாதங்கள் வாழ்ந்து விடலாம். நீரில்லாமல் பல நாட்கள் வாழ்ந்து விடலாம். காற்றில்லாமல் சில நிமிடங்கள் கூட வாழ முடியாது. உயிர்களை இயக்குகிற ஆதார எரி பொருள் ஆக்சிஜன். அதைத் தன்னகத்தே கொண்ட வாயுக் கலவையே பாரதி சொன்ன காற்று.

காயமே இது பொய்யடா, வெறும் காற்றடைத்த பையடா. நீயிருக்கும் பூமியே ஒரு நீர்க்குமிழி தானடா என்பது சித்தர்களின் தத்துவம். வெறும் காற்றடைத்த பையாய் நாம் உயிர் சுமந்து அலைகிறோம்.

மனிதர்களுக்குத் தேவையான ஆக்சிஜன் நிரம்பிய வளி மண்டலத்தைத் தன்னைச் சுற்றிப் புடவை போல் கட்டியிருக்கிறாள் இந்தப் பூமித்தாய். தாய் மடியில் புரண்டு முந்தானை பிடித்திழுத்து முகம் துடைக்கும் குழந்தைக்கு அம்மாவின் புடவை வாசம் வாழ்க்கையின் மீதான பிடிப்பை உணர்த்துவது போல பூமித்தாயின் புடவை வாசம்தான் நாம் சுவாசிக்கும் உயிர்க்காற்று.

சூரிய மண்டலத்தின் பிற கோளங்களில் பூமிப்பந்தில் இருப்பது போல் உயிர்க் காற்றில்லை. அதனால் அங்கே உயிர்களே இல்லை.

பூமியில் உயிரின் தோற்றம் குறித்துப் பலரும் பலவிதமாய் கருத்துக் கொண்டிருந்தாலும் ஆன்மீகவாதிகளும் அறிவியலாளர்களும் சரியாகவும், தவறாகவும் பல நேரங்களில் பேசிக் கொண்டே இருக்கிறார்கள்.

பரிணாம வளர்ச்சியின் தந்தை எனப் போற்றப் படும் சார்லஸ், டார்வின், “வெதுவெதுப்பான ஒரு குட்டையிலிருந்து உயிர் தோன்றி இருக்கலாம்” என்று ஊகிக்கிறார். இன்றைய நவீன உயிர் அறிவியலும் அதையே வழிமொழிகிறது. கொப்பளிக்கும் கடல் ஊற்றுகளிலிருந்து உயிர் தோன்றியிருக்கலாம் என்கின்றன பின்னாளைய கண்டுபிடிப்புகள்.

அறிவியல் மேதை லார்ட் கெல்வின் 1871 ஆம் ஆண்டின் துவக்கத்திலேயே அறிவியல் மேம்பாட்டிற்கான பிரிட்டிஷ் சங்கத்தில் ஒரு சந்தேகம் எழுப்பிப் பேசியிருந்தார். “உயிரின் விதை. சில விண்கற்களால் பூமிக்குக் கொண்டு வரப்பட்டிருக்கலாம்” என்றார்.

டி.என்.ஏ. என்கிற உயிர்ம நுண்துகள் கண்டறிந்த ஃபிரான்சிஸ்கிரிக் அவரது சக விஞ்ஞானியான லெஸ்லி ஓர்கெல் இருவரும் இணைந்து இப்படிச் சொன்னார்கள். “உயிரானது புத்திசாலி வேற்றுலக வாசிகளால் வேண்டுமென்றே பூமியில் விதைக் கப்பட்டது”.

அறிவியல் உலகில் ஓர் ஓரத்தில் கூட வைக்க முடியாத பைத்தியக்காரத்தனமான கருத்து இது என்று உயிர் அறிவியலாளர் கிரிப்பின் அவர் களால் சாடப்பட்ட இக்கருத்தைச் சொன்னவர்கள் நோபல் பரிசு பெற்ற விஞ்ஞானிகள் என்பதுதான் ஆச்சரியமான உண்மை. உயிர் தோன்றுவதற்கு எது வேண்டுமானாலும் காரணமாய் இருந்து விட்டுப்போகட்டும். எப்படியோ அது தோன்றி விட்டது. பூமியில் பல்கிப் பெருகிவிட்டது.

இத்தனை கோடி ஆண்டுகளாய் எத்தனையோ மாற்றங்கள், உயர்வுகள், சிக்கலான அமைப்புகள், வடிவங்கள், வாழ்நாளின் நீட்சிகள் என அது பல பரிணாமங்களைப் பெற்று இன்று நானும் நீங்களுமாய் நிலைத்து விட்டது.

ஆனால், இதுவரை வாழ்ந்து மறைந்த, இப்போதும் வாழ்ந்து கொண்டிருக்கும் அத்தனை தாவரங்களும் விலங்குகளும் ஏதோ ஒரு ஆதிப்புள்ளியிலிருந்தே தொடங்கியிருக்கின்றன. கற்பனையே செய்ய முடியாத ஏதோ சில வேதிப் பொருட்களின் கலவை உயிராகத் தோன்றி உருமாற்றம் பெற்று நிலைத்துவிட்டது.

முதன்முதலில் கூடிச் சேர்ந்த அந்த இரசாயனங்கள் வளி மண்டலத்திலிருந்து சில சத்துக்களை உறிஞ்சிக்கொண்டு மெல்லத் துடித்தது. மிகக் குறுகிய காலம் வாழ்ந்தது. பின்பு நீண்ட காலம் வாழ ஏதேதோ முயற்சி செய்தது. வளி மண்டலத்தோடு எப்படியோ சில ஒப்பந்தங்களைப் போட்டுக் கொண்டு அசாதாரண முயற்சிகளை மேற்கொண்டது.

தன்னைத் தானே, இரண்டாய், நாலாய், எட்டாய், பதினாறாய் பிளந்து கொண்டு புதிய புதிய வாரிசுகளை உருவாக்கியது. வாரிசு வரிசைகளை ஏற்படுத்தியது. மரபணுவின் ஒரு சிறிய கட்டு ஒன்று உயிர் வாழ்கிற ஒன்றிலிருந்து மற்றொன்றிற்கு இடம் மாறியது. உடல் தன்மையின் தடம் மாறியது. அப்போதிலிருந்து நகர்ந்து நகர்ந்து கூடுவிட்டுக் கூடு மாறி இன்று நீங்களும், நானுமாய் உருப்பெற்று வாழ்ந்து கொண்டிருக்கிறோம். அறிவியல் அறிஞர்கள் இதையே மீப்பிறப்பு என்கிறார்கள்.

புகழ்பெற்ற மாட் ரிட்லே என்ற ஆய்வாளர் மிக அற்புதமான கருத்தொன்றைப் பதிவு செய்கிறார். "உலகில் எந்த மூலையிலும் நாம் காண்கின்ற புழுவோ, பூச்சியோ, தாவரமோ, விலங்கோ எது வாயினும் அது உயிருடன் இருக்கும்போது ஒரே டிக்சனரியைத் தான் பயன்படுத்துகிறது. ஒரு பொதுவான குறியீட்டைப் புரிந்துகொள்ளும் அறிவைப் பெற்றிருக்கிறது" என்கிறார்.

சுமார் 450 கோடி ஆண்டுகளாக பரம்பரையாக கை மாற்றிக் கொடுக்கப்படும் ஒரே மரபியல் சூட்சுமத்தின் விளைவுதான் நாம் அனைவரும்

இது எந்த அளவு உண்மையெனில், மனித மரபியலின் ஏதோ ஒரு கட்டளையின் ஒரு சிறிய துணுக்கை எடுத்து கெட்டொழிந்த ஒரு நொதி செல்லுக்குள் புகுத்தினால் புகுத்தப்பட்ட துணுக்கு கோளாறடைந்த நொதியைத் தன் சொந்த உயிராகவே பாவித்துச் செயல்பட வைக்கும் வேலையைச் செய்கிறது. எனவே, எல்லா உயிர்களுக்குள்ளும் ஏதோ ஒரு பொதுத் தன்மை புதைந்தே கிடக்கிறது என்பது உண்மையாகிறது.

எல்லா உயிர்களுக்கும் ஒரு பொதுத்தன்மை இருக்கிறது. அதுவே சுவாசம். உள்ளிழுப்பதும், வெளி விடப்படுவதும் வேண்டுமானால் பெயர் மாறலாம். ஆனால் உள்ளிழுப்பதும் வெளிவிடுவதும் தொடர்ந்து நடந்து கொண்டே இருக்கிறது. மனிதர்கள் ஆக்சிஜனை உள்ளிழுத்துக் கார்பன்டை ஆக்சைடை வெளிவிடுகிறார்கள். மரங்கள் கார்பன்டை ஆக்சைடை உள்ளிழுத்து ஆக்சிஜனை வெளிவிடுகின்றன. சில வகைப் பாசிகள் ஹைட்ரஜனை உள்ளிழுத்து ஆக்சிஜனை வெளிவிடுகின்றன. ஆக மொத்தம் கண்ணுக்கே தெரியாத நீலப் பச்சைப் பாசியின் மைக்ரோ செல்லுக்கும் பார்த்தவுடன் மலைப்பூட்டும் ஆப்பிரிக்க யானைக்கும் சுவாசம் என்பது பொது. அதுவே உயிர் என்கிற இயக்கத்தைத் தீர்மானிக்கிறது.

வீமனும் அனுமனும் காற்றின்
மக்கள் என்று புராணங்கள் கூறும்
உயிருடையன எல்லாம் காற்றின்
மக்களே என்பது வேதம்
உயிர்தான் காற்று
உயிர் பொருள், காற்று அதன் செய்கை
பூமித்தாய் உயிரோடிருக்கிறாள்.
அவளுடைய மூச்சே பூமியிலுள்ள காற்று
காற்றே உயிர், அவன் உயிர்களை அழிப்பவன்
காற்றே உயிர், எனவே உயிர்கள் அழிவதில்லை.
சிற்றுயிர் பேருயிரோடு சேர்கிறது
மரணமில்லை
அகில உலகமும் உயிர் நிலையே
தோன்றுதல், வளர்தல், மாறுதல்,
மறைதல் என எல்லாம் உயிர்ச் செயல்
உயிரை வாழ்த்துகின்றோம்
என்கிறான், மகாகவி

மனிதர்களைப் பொருத்தவரை ஆக்சிஜனே உயிர்க்காற்று. பூமியைச் சுற்றிலும் வளி மண்டலத்தில் வெறும் பதினெட்டு சதவீதம் மட்டுமே ஆக்சிஜன் உள்ளது. நைட்ரஜன் 80 சதவீதமும் மற்றவை இரண்டுக்கும் குறை வாக சதவீதங்களிலும் உள்ளது. மிகக் குறைந்தளவே உள்ள ஆக்சிஜனை, தனக்கு உயிர்தரும் சக்தியை மனிதன் மதிக்காதது மட்டுமல்ல, அதை விஷமேற்றி வருகிறான் என்பது வேறு விஷயம்.

பூமிப்பந்து தோன்றி 450 கோடி ஆண்டுகள் ஆகியிருக்கலாம். அதில் முதல் உயிர் தோன்றி 400 கோடி ஆண்டுகள் ஆகியிருக் கலாம். அதில் முதல் 200 கோடி ஆண்டு களுக்கு ஆக்சிஜனே இல்லாமல் தான் இந்தப் பூமிப்பந்து சுழன்று கொண்டிருந்தது. அப்போது மனிதர்கள் இல்லை பூமி யெங்கும் பாக்டீரியாக்கள் வியாபித் திருந்தன. அவை குறுகிய காலம் வாழ்ந்தன, மடிந்தன, பெருகின. பின்பு சுருங்கின. ஆனால், அப்போதும் ஆக்சிஜன் இந்தப் பூமியில் இல்லை. இன்று நம்மை இயக்குகிற எரிபொருளான ஆக்சிஜனை நமக்காகவோ, உற்பத்தி செய்து தருவதற்கென்றே இருநூறு கோடி ஆண்டுகளுக்கு முன்பு ஒரு உயிரினம் தோன்றியது. அதுதான் அன்று எங்கும் வியாபித்திருந்த, நீரிலிருந்து ஹைட்டிர ஜனை உறிஞ்சிக் கொண்டு கழிவாய் ஆக்சிஜனை வெளியிட ஆரம்பித்த ஒரு வகை உயிரினம். அப்படித்தான் இந்தப் பூமியெங்கும் ஆக்சிஜன் நிரம்ப ஆரம்பித்தது. அங்குதான் துவங்கியது நமக்கான துவக்கப் புள்ளி. அந்த நற்காரியம் செய்த உயிரின் பெயர் நீலப் பசும்பாசி. நாம் சாதாரண மொழியில் அதைப் "பாசம்" என்கிறோம்.

அந்தப் பாசமே நம்மை வாழ்விக்கத் துவங்கியது. நம்மைப் பொருத்தவரை அது ஒரு பாசக்காரப் பய புள்ள.

காற்றே தான் கடவுளடா...

10

ஒற்றை உயிரணுவைக் கொண்ட மனித சைக்கோட்டானது நூறு ட்ரில்லியன் உயிரணுக்களைக் கொண்ட மாபெரும் மனித உடலாக உருவெடுப்பது இயற்கையின் அசாத்திய அதிசயங்களில் ஒன்று. ஒரு ட்ரில்லியன் என்பது ஒரு லட்சம் கோடி ஆகும். மனிதக் கருவின் கர்ப்ப காலம் சராசரியாக 38 வாரங்கள் ஆகும். கிட்டத்தட்ட 280 நாட்கள், இந்த நாட்களில் பல்கிப் பெரும் இந்த ஒரு லட்சம் கோடி செல்களிலுள்ள டி.என்.ஏ. அனைத்தையும் விரித்து நீட்டினால் அதன் நீளம் 63 பில்லியன் மைல்களாகும். ஒரு பில்லியன் என்பது 100 கோடியாகும். இது பூமியிலிருந்து சூரியனுக்கு 340 தடவை சென்று திரும்பும் தூரம் ஆகும்.

இந்த வளர்சிதை மாற்றங்களுக்கு அடிப்படை ஆதாரமாய் இருப்பது ஆக்சிஜன் என்கிற உயிர் ஆற்றல். அது கருப்பைக்கு வெளியே தாயின் உடம்பிற்கும் வெளியே வளி மண்டலத்தில் தான் நிரம்பியுள்ளது. சிசு கிடப்பதோ தாயின் கர்ப்பப் பையில். அதுவும் Amniotic Fluid என்றழைக்கப்படும் பனிக்குட நீருக்குள். வெளியே இருக்கும் ஆக்சிஜன் திரவத்துள் அமிழ்ந்திருக்கும் சிசுவிற்குச் சென்றடைவது, இயற்கை கட்டமைத்த அதி அற்புதமான பாசனத் திட்டம். கரு உருவாகி எட்டு வாரங்களுக்குள் பனிக்குடம் உருவாகி அதில் பனிக் குட நீர் உருவாகிறது. இது தாயின் உடம்பிலிருந்தே சுரக்கிறது. இதில் 98% நீரும், 2% உப்பு மற்றும் சிசுவின் உடம்பிலிருந்து வெளியேறும் செல்களும் கலந்திருக்கும். தேன் பாட்டிலில் மிதக்கும் நெல்லிக்காய் போல் சிசு அதற்குள் தான் மிதந்து மிதந்து உருண்டு புரண்டு வளர்கிறது.

துவக்கத்திலிருந்தே சிசு வளர ஆக்சிஜன் தேவை. ஆனால் திரவத்தில் அமிழ்ந்திருக்கும் சிசுவால் சுவாசிக்க முடியாது. ஆரம்ப கால கரு தாயின் கர்ப்பப் பையின் உட்சுவற்றில் தன்னைப் பதித்துக் கொண்டவுடன் வெளிப்புறம் உள்ள செல்கள் பிளாசென்டாவைத் தோற்றுவிக்கின்றன. கரு உருவாகி முதல் இரண்டு வாரங்களுக்குள் இது நிகழ்ந்து விடுகிறது. இப் பிளாசென்டாதான் தாய் மற்றும் கருவின் குருதி ஓட்டக் குழாய்களை இணைக்கிறது. கரு வளரத் தேவையான ஆக்சிஜன், கார்போஹைட்டிரேட், புரதம், கொழுப்பு, ஹார்மோன்கள் மற்றும் மருந்துகள் ஆகியவற்றைத் தாயிடமிருந்து பெற்று சேய்க்கு இப்பிளாசென்டா அளிக்கிறது.

அதே சமயம் தாயின் இரத்தமும், சேயின் இரத்தமும் கலக்காமலும் பார்த்துக் கொள்கிறது. கழிவுப் பொருட்களையும் இதுவே அகற்றுகிறது. வளரும் சிசுவுடன் தாயின் தொப்புள் கொடி மூலம் தொடர்பை ஏற்படுத்திக் கொள்ளும் இப்பிளாசென்டா, தான் உற்பத்தி செய்யும் ஹார்மோன்கள் மூலம் கருவின் வெப்ப நிலையையும், சிசுவின் வெப்ப நிலையையும், தாயின் வெப்ப நிலையை விட சற்றுக் கூடுதலாக இருக்குமாறு பார்த்துக் கொள்கிறது. தொப்புள் கொடியும் பிளாசென்டாவும், கரு வயிற்றில் இருக்கும் பத்து மாதமும் செய்யும் திறன்மிகு சமயோசித வேலைகள் ஆயிரம் அப்பல்லோ மருத்துவமனைகளின் தீவிர சிகிச்சைப் பிரிவுகளின் திறன்களை விடச் சிறந்தவை.

நுரையீரலும், இதயமும் வளர்ந்துவிட்ட போதும் நாசிவழி ஆக்சிஜனை உள்வாங்கி மூச்சுக் குழல் மூலம் நுரையீரலுக்குக் காற்றை அனுப்பும் வசதி வயிற்றுக்குள் இருக்கும் வரை சிசுவிற்கு அமைவதில்லை. ஆனாலும் சிசுவின் இதயம் துடித்துக் கொண்டுதான் இருக்கிறது. அதற்குத் தேவையான ஆக்சிஜனைத் தாய் தன் நாசி மூலம் உள்வாங்கி, தன் மூச்சுக் குழல் மூலம் தனது நுரையீரலுக்கு அனுப்பி, தன் இரத்தத்தின் மூலம் தொப்புள் கொடி வழியே தனது சேய்க்கு அனுப்புகிறாள். சேய் தன் முயற்சி இன்றியே தேவையான காற்றைப் பெறுகிறது. ஆனாலும் பனிக் குடத்திலிருக்கும் காலம் முழுவதும் அது பனிக்குட நீரை வாய் வழியே குடிக்கிறது. தனது நாசி வழியேயும் உள் வாங்குகிறது. வாய் வழியே சிசு நீரைக் குடிப்பதால் கர்ப்பத்திலிருக்கும் போதே சிசு சிறுநீர் கழிக்கத் துவங்குகிறது. அப்படி சிசுவால் வெளியேற்றப்படும் சிறுநீர் பனிக்குட நீரோடு கலக்கிறது. தொடர்ந்து சிசு தனது சிறுநீர் கலந்த பனிக்குட நீரைக் குடித்துக் கொண்டுதான் இருக்கிறது.

அதன் மூலம் பனிக்குட நீரில் யூரியா கலப்பதும் நடக்கிறது. ஒரு வகையில் நாமெல்லோரும் பத்து மாதம் நமது சிறுநீரில்தான் மிதந்து கொண்டே பிறந்திருக்கிறோம்.

“ஊத்தைப் பிண்டமடி... உப்பிருந்த பாண்டம்” என்று பட்டினத்தடிகள் சொன்னதும் மெய்யாகிறது. வாய் வழியே பனிக்குட நீரைச் சேய் குடிப்பதால் அதன் செரிமானப் பாதை அப்போதே பலப்பட ஆரம்பிக்கிறது. மூக்கு வழியே பனிக்குட நீரை உறிஞ்சுவதால் மூச்சுக்குழாய் கட்டமைப்பு நிலைப்படுத்தப் படுவதோடு நுரையீரலிலும் பனிக்குட நீர் நிரம்பியே இருக்கிறது. ஆக தாயின் கருப்பையில் கதகதப்பாய் சேய் இருக்கும் பத்து மாதமும் தாயின் இரத்தம் மூலம் ஆக்சிஜன் உறிஞ்சப்பட்டு தொப்புள் கொடி வழியே சேய்க்குச் சென்று கொண்டே இருக்கிறது.

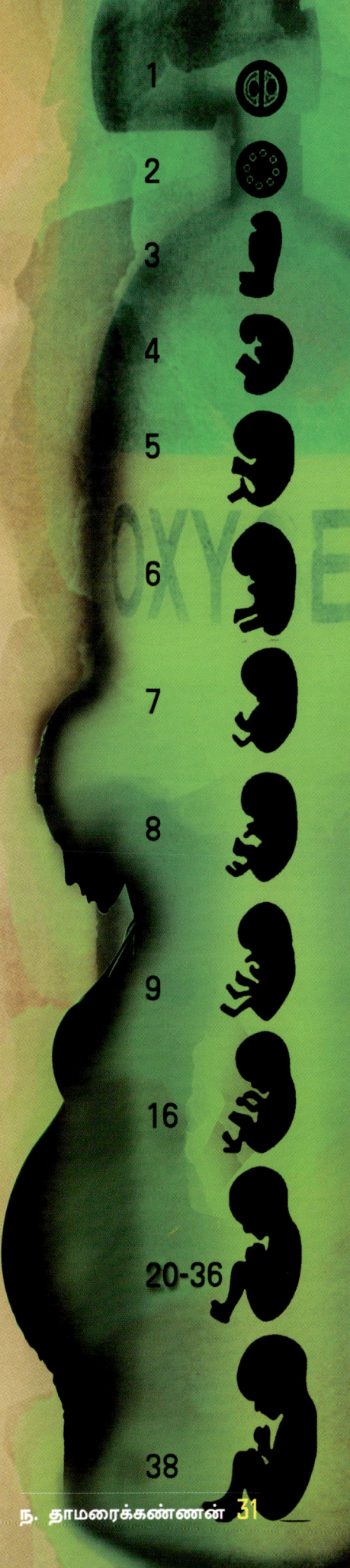

இரத்தத்தில் ஹீமோ குளோபின் என்கிற இரும்புச் சத்து மிகுந்திருக்கிறது. இரும்பிற்கு ஆக்சிஜனை ஏற்றுக் கொள்ளும் பண்பு மிகுதி. அதைத்தான் துருப்பிடித்தல் என்கிறோம்.

காற்றுப்பட வெளியில் கிடக்கும் இரும்புப் பொருட்கள் துருப் பிடிக்கின்றன. அதாவது வளி மண்டலத்தில் இருக்கும் ஆக்சிஜனை இரும்பு ஏற்றுக் கொண்டு இரும்பு ஆக்ஸைடாக மாறுவதே துரு எனப்படும். துருப் பிடித்த இரும்பை நாம் கேவலமாய் நினைக்கிறோம். உண்மையில் இந்தக் "கேவலமான செயலால்" தான் நாம் உயிரோடிருக்கிறோம். நம் இரத்தத்தில் உள்ள இரும்பு அணுக்கள் நாம் சுவாசிக்கும் காற்றிலிருக்கும் ஆக்சிஜனை நுரையீரல் மூலம் பெற்று எல்லாத் திசுக்களுக்கும் அனுப்பி, பிற செல்களில் உள் கார்பன்டை ஆக்ஸைடு எனும் கழிவை வெளியேற்றும் புனிதப் பணியைச் செய்கிறது. அது ஒரு வகையில் ஒவ்வொரு நொடியும் துருபிடித்தல் தான். முப்பத்தி எட்டாவது வாரம் சிசு, மண்ணை முட்டி முட்டி முளைக்கும் விதை போல தாயின் கர்ப்பப் பையின் கதவுகளைத் தலையால் முட்டி வெளிவரும். அந்த விநாடி தான் வெளியுலக வாழ்வின் முத்தான முதல் தருணமாய் குழந்தைக்கு விடிகிறது.

குழந்தை முழுவதும் தாயை விட்டுப் பிரிந்து வெளி வந்த பிறகும் தாய்க்கும் சேய்க்குமான குழாய் இணைப்புத் தொப்புள் கொடி இருந்து கொண்டு தான் இருக்கிறது. தொப்புள் கொடி வெட்டப்படும் அக்கணம் தான் குழந்தை "தனியொருவனாய்" தரணியில் வாழத் தலைப்படும் கணம்... கொடி வெட்டப்பட்டவுடன் அதுவரை குழந்தைக்கு "விலையில்லாமல்" கிடைத்து வந்த ஆக்சிஜன் தடாலென நிறுத்தப்படுகிறது. முதல் முறையாக குழந்தையின் இதயம் தவிக்க ஆரம்பிக்கிறது. குழந்தையின் சுயம் அப்போதுதான் வெளிப் பட ஆரம்பிக்கிறது. இதயத்திற்கு இரத்தம் தேவை. இரத்தத்திற்கு ஆக்சிஜன் தேவை. ஆக்சிஜனுக்கு நுரையீரல் தேவை.

நுரையீரலுக்கு மூச்சுக்குழல் தேவை. மூச்சுக்குழலுக்கு நாசி தேவை. நாசிக்கு முயற்சி தேவை. உதவி நிறுத்தப்பட்ட அந்தக் கணத்தில் குழந்தை வேகமாய் முடிவெடுக்கிறது. "யாரை நம்பி நான் பிறந்தேன்... போங்கடா போங்க..." என்று டாக்டரையும், நர்சையும் பார்த்துப் பார்வையாலேயே பாடிவிட்டுத் தன் மூக்கே தனக்குதவி என்று தீர்மானித்து மூக்கின் மூலமும் வாயின் மூலமும் வெளிக் காற்றைச் சுவாசிக்கச் சுயமாய் முயற்சிக்கிறது. அந்த முயற்சிக்கான போராட்டத்தால் மூச்சுக்குழலும், உணவுக் குழலும் ஒரு சேர விரிவடைய, புதிய காற்று உள் நுழைந்து நுரையீரலில் நிறைந்திருக்கும் பனிக்குட நீரை அழுத்தி வெளியேற்ற, இந்த புதிய அனுபவம் தரும் மிரட்சியில் குழந்தையின் குரல் நாண் விரிவடைந்து கிரிச்சீட்டுக் கதர "...ஹை... குழந்தை அழுதிருச்சி... குழந்தை அழுதிருச்சி..." என்று ஊரே சிரிக்கிறது. பிறந்தவுடன் சுவாசிக்க ஆரம்பித்த காற்றை மரணிக்கும் வரை ஒரு மனிதன் தொடர்ந்து உள்வாங்கி வெளிவிட்டுக் கொண்டே இருக்கிறான். ஆனால் வாழ்வின் முதல் நாள் காற்றுக்காகத் தவித்த மனிதன், சாகும் தருவாயில் சுவாசிக்கத் திணறும் போது தான், "ஆகா... காற்று என்ற ஒன்று இருக்கிறது. எது எவ்வளவு முக்கியமானது" என்று உணர்கிறான். இடைப்பட்ட பல வருட வாழ்க்கையில் ஒரு நாளாவது காற்று என்ற ஒன்று இருக்கிறது. அதுதான் நம் நாசியின் வழி உள்ளிறங்கி நுரையீரல் நிரப்பி, நாம் உயிரோடிருக்கக் காரணமாய் இருக்கிறது என்று நினைத்தானா? என்றால் இல்லை என்பதுதான் பதிலாய் கிடைக்கிறது. ஆரோக்கியமாய் இருக்கும் ஒரு மனிதனை, எதிர்பாராத ஒரு தருணத்தில் தடாலென அவன் தலையைத் தண்ணீர் தொட்டிக்குள் மூழ்கடித்தால் அந்த நொடியே அவன் மனது மத்தளம் கொட்டிக் கதறும். "காற்றே தான் கடவுளடா... அந்தக் கடவுளுக்கும் இது தெரியுமடா...."

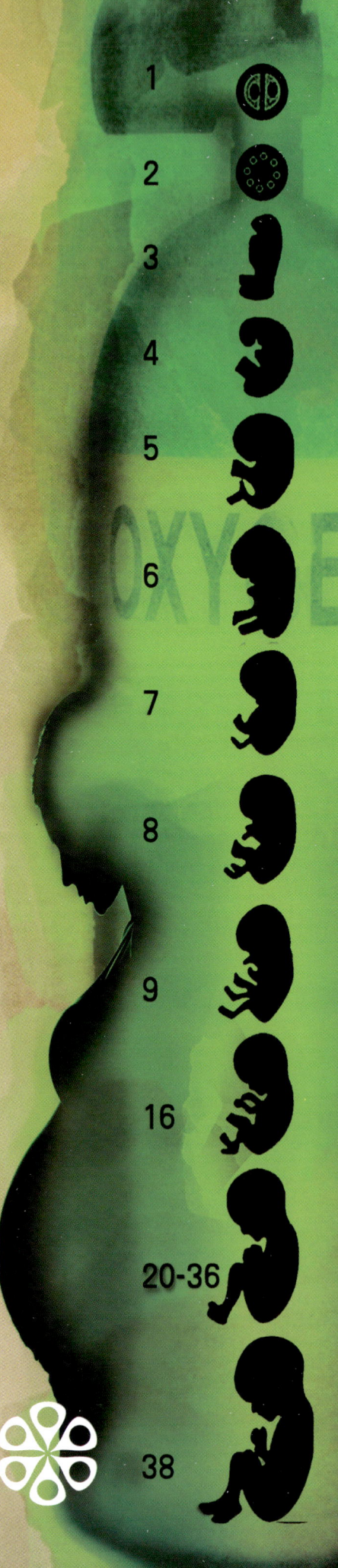